சத்தம் போடாதே

சத்தம் போடாதே

இயக்குநர் வஸந்த்

the talkie

Title: Saththam Podaathey
Author's Name: Vasanth

Published by Talkie
Subscribe to www.thetalkie.in

The Talkie
(An imprint of Zero Degree Publishing)
No.75 & 76, I Floor, Kuppusamy Street,
Balaji Nagar, Padi,
Chennai - 600050

Website: www.zerodegreepublishing.com
E Mail id: zerodegreepublishing@gmail.com
Phone: 89250 61999

Talkie First Edition : January 2026

ISBN : 978-93-48439-26-0

TITLE NO Talkie :3

Rs. 240/-

Layout: G.Selva kumar
Cover Design: Vijayan, Creative Studio
Printed at Rathna Offset, Chennai, India

தீபாவிற்கும்
மனுப்ரியாவிற்கும்

நன்றி

C. சங்கர்
R.S. செந்தில்குமார்

சத்தம் போடாதே:

இருண்ட உலகின் கண்கள்

மனுஷ்ய புத்திரன்

சைக்கோபாத் கதைகளோ படங்களோ ஏன் மக்கள் மனதில் தீவிரமாக ஆதிக்கம் செலுத்துகின்றன என்ற கேள்விக்கான பதில் எந்த அளவு எளிமையானதோ அதே அளவு சிக்கலானதும்கூட. மனப்பிறழ்வுகொண்ட நபர் என்று யாரும் தனியாக இருக்கிறார்களா என்ன? மாறாக ஒவ்வொருவர் மனதிலும் ஆழமாகப் படர்ந்திருக்கக் கூடிய வெறுப்பு, அவமானம், இயலாமை, கழிவிரக்கம். பழிவாங்கும் உணர்ச்சிகளுக்கான வடிகாலாகத்தான் சைக்கோ பாத் கதைகள் திகழ்கின்றன. எல்லோராலும் சைக்கோபாத் குற்றவாளிகளாக மாறமுடியாது. அவர்கள் காலம் காலமாக சமூகம் உருவாக்கி வைத்திருக்கும் அறத்தைக் கண்டோ அல்லது சட்டத்தைக் கண்டோ தயங்குகிறார்கள். அந்த மதில் சுவர்களைத் தாண்டுவதற்குத் துணிச்சல் அற்றவர்களாக, தங்கள் கசப்பையும் வன்மத்தையும் மறைத்துக்கொள்கிறார்கள். ஆனால் யாரோ சிலர் அவற்றைத் தாண்டியும் விடுகிறார்கள். நீங்கள் ஒரு சைக்கோ பாத் குற்றவாளியைப் பற்றிய ஒரு செய்தியைப் படிக்கிறீர்கள், ஒரு கதையைப் படிக்கிறீர்கள், ஒரு திரைப்படத்தைப் பார்க்கிறீர்கள்.

முதல் பார்வையில் அந்த மனப்பிறழ்வுகொண்ட குற்றச் செயல் உங்களை அஞ்ச வைக்கிறது. அந்தக் குற்றவாளியை வெறுக்கிறீர்கள். பிறகு அந்தக் குற்றவாளிக்கு பெரும்பாலும் ஒரு ஃப்ளாஷ் பேக் இருக்கும். அதில் சிதைந்துபோன ஒரு பால்யமோ, துரோகமோ, கைவிடப்படுதலோ, அவமானமோ இருக்கும். அவர்கள் எவ்வாறு ஒரு அழிவுச் சக்தியாக மாறுகிறார்கள் என்பதற்கான ஒரு காரணம் கண்டறியப்படுகிறது. அந்தக் காரணம் அந்தக் குற்றவாளின் மீது உங்களுக்கு உடனடியாக ஓர் அனுதாபத்தையும் கருணையையும் உண்டாக்குகிறது. அந்தக் குற்றவாளியை நீங்கள் கடுமையாக வெறுத்துக்கொண்டே நேசிக்கவும் தொடங்குகிறீர்கள். அந்தக் குற்றவாளி எப்படி ஒரே நேரத்தில் இரண்டு மனம் கொண்டவராகச் செயல்படுகிறாரோ அவ்வாறே நீங்களும் இரட்டை நிலையில் இந்தக் குற்றத்தைப் பார்க்கத் தொடங்குகிறீர்கள். ஏனெனில் அந்தக் குற்றமிழைக்கும் நபர் எப்போதும் உங்களுக்குள் இருக்கும் ஒரு இயலாமை மிக்க நபர்தான். அவர் உங்கள் ஆளுமையின் இருண்ட பக்கம். அந்தக் குற்றத்தில் உங்களுக்கு ஒரு மானசீகமான பங்கேற்பு உடனடியாகத் தொடங்குகிறது. இவ்வாறுதான் சைக்கோபாத் படங்கள் நம்முடைய இருண்ட அந்தரங்க உலகின் நேரடி பிரதிபலிப்புகளாக இருக்கின்றன. வஸந்தின் 'சத்தம் போடாதே' திரைப்படம் தமிழில் வந்த 'சிவப்பு ரோஜாக்கள்.' 'மூடுபனி.' வரிசையில் வைத்துப் பார்க்கவேண்டிய கிளாஸிகள் சைக்கோபாத் படம் என்பதில் சந்தேகம் இல்லை. வஸந்த் இந்த வரிசையில் இயக்கிய மற்றொரு மறக்க முடியாத படம் 'ஆசை' என்பதும் இந்த இடத்தில் நினைவுக்குவருகிறது. ஆண் - பெண் உறவுச் சிக்கல்கள் சார்ந்த குற்ற மனப்பான்மையைக் கொண்ட பல முக்கியமான படங்கள் தமிழில் தொடர்ந்து வந்திருக்கின்றன. மூன்று முடிச்சு, வாலி, ஜூலி கணபதி என அதற்கு ஒரு பட்டியலே இருக்கிறது.

மனப்பிறழ்வு சார்ந்த குற்றங்களில் உலகெங்கும் முதலிடம் வகிப்பது ஆண்-பெண் உறவுகள் சார்ந்த குற்றங்கள்தான். இந்த உறவுகளில் ஏற்படும் நெருக்கடிகள், முறிவுகள், கசப்புகள், அவமானங்கள் பழிவாங்கும் உணர்ச்சிகொண்ட கொடிய குற்றங்களாக மாறுகின்றன. பல்வேறு வழிகளில் தொந்தரவு கொடுப்பது. ஆபாசப் படங்கள் மூலம் இணையத்தில் தாக்குதல் நடத்துவது. ஆசிட் வீசுவது போன்ற பலவிதங்களில் இந்தக் குற்றங்கள் நிகழ்கின்றன. 'சத்தம் போடாதே' படத்தில் ஒருவன் விவாகரத்து செய்துவிட்ட

தன் பழைய மனைவியைக் கடத்திச் செல்கிறான். அவள் வேறொருவனைத் திருமணம் செய்துகொண்டுவிட்டாள் என்பது அவனது ஈகோவைக் கடுமையாகக் காயப்படுத்துகிறது. அவனது ஆண்மைக்குறைபாடு காரணமாக அவள் அவனை விவாகரத்து செய்துவிட்டு மறுமணம் செய்துகொள்கிறாள். ஒரு ஆணினுடைய பிரச்சினை ஒரு பெண் தன்னை நிராகரிப்பதல்ல, மாறாக தனக்குப் பதிலாக வேறொரு தேர்வை மேற்கொள்வதுதான். அப்படி அவள் வேறொரு தேர்வை மேற்கொள்வதன் மூலமாக நிராகரிக்கப்பட்ட ஆண் தன்னுடைய இருப்பு முற்றிலுமாக நிர்மூலமாக்கப்பட்டதாக உணர்கிறான். பெண்ணை உடைமையாக்கவும் தன்னுடைய ஆண் என்ற இருப்பின் அளவுகோலாகவும் காணும் ஆணின் மனம் இப்படித்தான் சிந்திக்கும். முக்கோணக் காதல்கள் பெரும் துயரங்களில் முடிவடையும் எல்லா சம்பவங்களிலும் இந்த அவலத்தைக் காணலாம். இந்த அவலத்தைத்தான் 'சத்தம் போடாதே' படத்தில் வெகு நுட்பமாக திரைக்கதையாக்கியிருக்கிறார் வஸந்த். இது உண்மையில் நம்முடைய காலத்தின் ஆண்-பெண் உறவுகள் சார்ந்த ஒரு மையமான பிரச்சினை.

சைக்கோபாத்தாக வரும் கதாபாத்திரத்தை வஸந்த் வெகு நேர்த்தியாக வடிவமைத்திருக்கிறார். பிளவுண்ட ஆளுமையாகக் கட்டமைக்கப்பட்டிருக்கும் இந்தப் பாத்திரத்தின் செயல்கள் வெகு நேர்த்தியானவை. மிகவும் தந்திரமாக புத்திக்கூர்மையுடன் தங்கள் நோக்கங்களை நோக்கி நகரும் இத்தகைய இயல்புகொண்டவர்கள் எந்தவிதத்திலும் சந்தேகிக்க முடியாதவர்களாக இருப்பார்கள். படம் முழுக்க இந்தக் கதாபாத்திரம் அவ்வளவு துல்லியமாக உருவாக்கப்பட்டிருக்கிறது.

மனைவியாக வரும் கதாபாத்திரமும் வஸந்த் உருவாக்கிய மறக்க முடியாத பெண் பாத்திரங்களில் ஒன்று. ஆண்மைக்குறைபாடு காரணமாக விவாகரத்துகோரும் பெண்களின் எண்ணிக்கை குடும்பநல நீதிமன்றங்களில் நாளுக்கு நாள் அதிகரித்துவருகிறது. ஆனால், ஒரு தமிழ்சினிமாவில் இத்தகைய காரணங்களுக்காக ஒரு பெண் ஒரு ஆணை விவாகரத்து செய்வது அத்தனை எளிதல்ல. தமிழ் சினிமாவின் சென்டிமென்ட் அத்தனை கடினமானது. ஆனால் வஸந்த் இதை வெற்றிகரமாக கடந்து செல்கிறார். அவர் காட்டும் பெண் இந்த யுகத்தைச் சேர்ந்தவள். அவள் வேறொரு

வாழ்க்கையை நோக்கி வெகு இயல்பாகக் கடந்து செல்கிறாள். அவளுக்கு அதில் சங்கடங்கள் ஏதுமில்லை. தமிழ் சினிமாவின் பெண் பிம்பத்தைக் கலைக்கும் தருணம் இந்தப் பாத்திரம்.

வஸந்த்தின் 'சத்தம் போடாதே' திரைப்படத்தின் திரைக்கதை வடிவம் ஒரு சிக்கலான கதையை எப்படி நுட்பமாக சுவாரசியத்துடன் நகர்த்திச் செல்வது என்பதைப் பிரதிபலிக்கும் பிரதியாக இருக்கிறது. அவருக்கு என் மனமார்ந்த வாழ்த்துகள்.

- மனுஷ்ய புத்திரன்

08.01.2016
சென்னை

ஷேக்ஸ்பியர் கதைக்கு ஹிட்ச்காக்...!

என்னை அடிக்கடி ஒரு நிகழ்ச்சிக்கு வரச்சொல்லி கீழ்ப் பாக்கத்திலிருந்து அழைப்புகள் வரும். வித்யாசாகர் என்ற அமைப்பு. அனைத்து மாற்றுத்திறனாளிகளுக்கான பொதுக்கூட்டமைப்பு அது. அம்மாதிரி நிகழ்ச்சிகளில் கலந்துகொள்வது எனக்குக் கிடைத்த பேறு. இதெல்லாம் தெரிந்துகொண்டுதான், கீழ்ப்பாக்கத்திலிருந்து என்னைப் பார்க்க ஒருவர் வந்திருந்தார். ஆனால், அவர் குறிப்பிட்ட தேதியை, நான் வேறு சில வேலைகளுக்கு ஒதுக்கியிருந்ததால், உண்மையிலேயே அவர் சார்ந்த அமைப்பின் நிகழ்வில் கலந்துகொள்ள முடியாது. இந்த மனநிலையில்தான் அவரோடு பேச்சுக்கொடுக்க ஆரம்பித்தேன்.

பேச்சினிடையில் *'AA'* என்று சொல்லிக்கொண்டே இருந்தார். அப்படியென்றால் என்ன? என்று கேட்டேன். இந்தக் கேள்விகளெல்லாமே அவரிடமிருந்து தப்பித்தால் போதும், என்ற நிலையிலிருந்து வருகிறது. ஆனால், அவரிடமிருந்து வந்த மிக நேர்மையான பதில்தான் என் முந்தைய முடிவை மறுபரிசீலனை செய்ய வைத்தது.

என்னுடன் பேசிக்கொண்டிருந்தவர், சுத்தமான வெள்ளை ஆடை அணிந்து, சாந்த சொரூபியாக, பவ்யமாக அமர்ந்திருந்தார். ஆனால், அவர் பேசும்போது, "சார், சொன்னா நம்ப மாட்டீங்க.,

நான் தினமும் குடிப்பேன். மனைவியிடம் தினமும் சண்டை போடுவேன். தினமும் அவளை அடித்தும் விடுவேன். காலையில் விடிந்ததுமே குடிக்க ஆரம்பித்துவிடுவேன். குடிக்க ஆரம்பித்ததும் அவளை அடிக்க ஆரம்பித்துவிடுவேன். அன்றாடம் எங்கள் வீட்டில் தகராறுதான். நான் என்றைக்காவது ஒருநாள் குடிக்காமல் இருந்தால் அதுதான் ஆச்சரியம், இப்போது என் கோலத்தைப் பார்க்கிறவர்கள் என் கடந்த காலத்தை நம்புவார்களா?" என்று கேட்டார். எனக்கு ஒன்றுமே புரியவில்லை. "அந்தளவிற்கு குடிக்கு அடிமையானவனை, மீட்டெடுத்து மறுவாழ்வு கொடுத்திருக்கிறது *AA* அமைப்பு" என்றார். அவர் எனக்கு நன்றாகத் தெரிந்த ஒரு உணவுக் குழுமத்தின் தலைமைப் பொறுப்பில் இருப்பவர். ஆனால், அந்த மனிதரைப் பார்த்தால், இவரா? இதற்கு முன், குடிக்கு அடிமையாக இருந்தார். என்று நம்ப முடியவில்லை.

AA-alcoholic anonymous. அவரிடம் இந்த அமைப்பைப் பற்றி மேலும் விசாரிக்க ஆரம்பித்தேன். உலகம் முழுக்க இந்த *AA* என்ற அமைப்பு செயல்பட்டு வருகிறது. பெரும்பாலான சமயங்களில் இது தேவாலயங்களுடன் இணைந்து பல நிகழ்ச்சிகளை நடத்திவருகிறது. அது ஆரம்பித்த விதம், அதன் செயல்முறை என முழுவிவரத்தையும் அவரிடமிருந்து தெரிந்துகொண்டேன்.

நிறைய குடிப்பவர்களை. நாமெல்லோரும் தவறாகவோ மோசமாகவோ கெட்டவர்களாகவோ பார்க்கிறோம். இந்த அமைப்பு நம் பார்வையில் அவர்களைப் பார்ப்பதில்லை. அவர்கள் குடிகாரர்கள் அல்ல, நோயாளிகள். சொல்லப்போனால், அவர்கள் யதேச்சையாகக் குடித்துப் பழகி, பின்னாளில் அக்குடிக்கு அடிமையாகி அதிலிருந்து விடுபட முடியாமல் போராடுகிறவர்கள். ஆதரவுக்குரியவர்கள். அவர்களின் உடல். கவனம், சிந்தனை எதுவும் அவர்கள் கையில் இல்லை. குடும்பமும், சமூகமும் அவர்களைப் புரிந்துகொண்டு, அந்தக் குடிநோயாளிகளை மீட்டெடுக்க வேண்டும் என்ற நோக்கில் ஆரம்பிக்கப்பட்டதுதான் இந்த *AA*. எனக்கு இந்த அமைப்பின் செயல்பாடுகள் மிகவும் பிடித்துவிட்டன. அவர் அழைத்த அந்நிகழ்ச்சிக்கு வர ஒத்துக் கொண்டேன்.

பத்துப் பேர் மேடை ஏறி பேசினார்கள். அவர்களுக்கெல்லாம் தன் முந்தைய வாழ்க்கையைப் பற்றிப் பொதுமேடையில் அப்பட்டமாகப்

பகிரங்கப்படுத்துவதற்கு வெட்கப்படவில்லை கூச்சப்படவில்லை! தன் மோசமான கடந்த காலத்தைப் பற்றிப் பேசியவர்கள், சாலையில் குடித்துவிட்டு விழுந்து கிடந்த அவல வாழ்க்கையிலிருந்து, தங்களைக் காப்பாற்றி மறுவாழ்வு கொடுத்தது, இந்த *AA* அமைப்புதான் என்று ஒவ்வொருவரும் தன் அனுபவங்களைச் சொன்னார்கள். எதுவுமே ஒரு குழுவாக இருக்கும்பொழுது அதுவே பலமாக மாறிவிடுகிறது. குடிநோயாளிகளெல்லாம் இந்த *AA* அமைப்பின் கீழ் ஒரு குழுவாக இணைகிறார்கள். ஒருவருக்கொருவர் உறுதுணையாக இருக்கிறார்கள். ஆக, நீங்கள் மட்டும் தனியாக ஒரு குடிநோயாளியாக இருப்பது வேறு. அதுவே குழுவாக இருக்கும்பொழுது இருக்கிற மனநிலை வேறு. குடிநோயாளிகளை அதிலிருந்து மீட்டெடுக்கிற அமைப்பு இந்த *AA* என்பதைக் கண்ணெதிரே பார்த்தேன்.

குடிநோயாளிகளுக்கு ஒரு மந்திரம். அதை அன்றைய நாளின் துவக்கத்தில் ஒரே ஒருமுறை சொன்னால் போதும். நிச்சயம் பலன் கிடைக்கும். அந்த மந்திரம்தான் பலருக்கும் மறுவாழ்வு அளித்திருக்கிறது. அதன்படி "இன்றைக்கு நான் குடிக்கமாட்டேன்" என்றுதான் அவர்கள் சொல்லச் சொல்கிறார்கள். வாழ்நாள் முழுவதும் குடிக்கவே மாட்டேன் என்று சொல்லக்கூடாது.

"நான் இன்றைக்குக் குடிக்கமாட்டேன்." இந்த மந்திரமே, உளவியல் பூர்வமாக குடிநோயாளிகளை அணுகுகிற விதம். ஏனென்றால், வாழ்நாள் முழுவதும் குடிக்க மாட்டேன் என்பது தினமும் குடித்துப் பழகியவர்களுக்கு பெரிய மிரட்டலாக இருக்கும். அந்த அதிர்ச்சியும், அயர்ச்சியுமே மறுபடியும் கடைசியாக ஒருமுறை குடித்துவிடலாம், இனிமேல் வேண்டாம் என்ற எண்ணத்தைக் கொடுக்கிறது. இதுபோன்ற பல செய்திகளை அந்த மேடையில் கேட்டேன். இது என்னைப் பெரிய அளவில் பாதித்தது. பேச அழைத்தபோது. அம்மேடையிலேயே "என் அடுத்த படம். *AA*-வை பிரபலப்படுத்தும் விதமாக ஒரு குடிநோயாளியைப் பற்றியதாகத்தான் இருக்கும்" என்று அறிவித்தேன்.

நிற்க.

பெண்களை ஒடுக்கிவைப்பது, அவர்களை அதட்டி அடக்கி வைப்பது. அடிமைப்படுத்துவது. கொடுமைப்படுத்துவது, எனப் பல விஷயங்கள் என் சிறுவயதிலிருந்தே, ஏதேதோ தருணங்களில் என்

பார்வையில் பட்டுக்கொண்டே இருந்தன. 'பெண்களை அடிப்பதும், அடிமைப்படுத்துவதும். ஒடுக்கிவைப்பதும் தவறு என்று ஆண்களிடம் சத்தமாகச் சொல்லவேண்டும்', என என் மனதின் அடியாழத்தில் ஓர் எண்ணம். *AA* மீட்டிங்கில், கணவன் குடித்துவிட்டு, மனைவியை அடித்தது. கொடுமைப்படுத்தியது எல்லாவற்றையும் வெளிப் படையாகவே சொன்னார்கள். ஆனால், அதற்கு, அவர்கள் இன்றைக்குத்தான் வருத்தப்படுகிறார்களேயொழிய, அன்றைக்கு?

என் தோழி டாக்டர் ப்ரியா. ஒரு *embryologist* (கருவியல் ஆய்வு நிபுணர்). அடுத்து, படத்திற்குத் தேவையான நம்பகத் தன்மை அவர் மூலமாக என் காதில் விழுந்தது. டாக்டர் ப்ரியாதான் என்னிடம் ஆய்வு பூர்வமாக, அதிக குடிப்பழக்கத்தினால் ஆண்மையே போய்விடக்கூடிய ஆபத்திருப்பதாகக் கூறினார். அதிகமாக மலட்டுத் தன்மை, அதிகக் குடியினால் வருகிறது. இதைத்தான் என் படத்தில் சொல்ல வேண்டும் என முடிவு செய்தேன். மேற்கொண்டு என் கற்பனைகளைக் கலந்து 'சத்தம் போடாதே' கதை உருவானது. நான் எதிர்பார்த்தது போலவே, அதிகமாகக் குடிப்பதனால் ஆண்மை போய்விடும் என்ற செய்தி பலருக்கும் பயத்தைக் கொடுத்தது.

என் திரைப்படங்களில் நான் எழுதிய கதைகளுக்கு மிகப்பெரிய பங்களிப்பைத் தொடர்ந்து இன்றுவரை அளித்துவருவது என் நண்பர் ஷங்கர் ராமன். என் படம், என் கதை என் எழுத்து எதுவும் ஷங்கர் ராமனின் பங்களிப்பு இல்லாமல் இல்லை. திரைப்படத்திற்கு மட்டும் அல்லாமல் என் வாழ்க்கைக்கும் நண்பனாய், நல்லாசிரியனாய் ஷங்கர் ராமன் செய்த பங்களிப்பை என்றும் மறக்க முடியாது. முதலில் திரைக்கதை என் கைக்கு அகப்பட வேண்டும், நான் நினைத்த மாதிரியான சம்பவங்களுடன் அது இருக்க வேண்டும். எனவே அதற்கான வடிவம் எல்லாம் எனக்குத் தோன்றி, அது முழு திரைக்கதையாகத் தயாராவதற்கு ஒன்றரை ஆண்டுகாலம் ஆயிற்று.

இடைப்பட்ட காலத்தில் எனக்கு வேறு சில பட வாய்ப்புகளும் வந்தன. பெரிய நிறுவனத்திலிருந்து ஒரு படத்தை ரீமேக் செய்யச் சொல்லி அழைப்பு. எல்லா வாய்ப்புகளையும் மறுத்தேன். என் மனம் முழுதும் ஆக்கிரமித்திருந்தது. 'சத்தம் போடாதே' மட்டும்தான்.

பிறகு, படம் மிகத் தீர்க்கமான நம்பகத் தன்மையுடன் வெளிப்பட, இதில் புதுமுகங்களைத்தான் நடிக்க வைக்க வேண்டும் என்று முடிவு செய்தேன்.

ப்ருத்விராஜ் எனக்கு மிகப் பிடித்த நடிகர். மலையாளத்தில் அதிகமாக நடித்துக்கொண்டிருந்தவர். அப்பொழுது தமிழிலும் ‘பாரிஜாதம்’ என்ற படத்தில் நடித்திருந்தார். மேலும், ‘நேருக்கு நேர்’ படத்தை அவரது பள்ளி காலகட்டத்திலேயே ரசித்துப் பார்த்ததாகச் சொன்னார். இப்படித்தான் ப்ருத்விராஜ் படத்திற்குள் வந்தார். அடுத்து கதாநாயகிக்கு நிறைய நபர்களைத் தேடினேன்.

பெங்களூரிலிருந்து ஒரு பெண், இந்தக் கதைக்குப் பொருத்தமானவராக இருப்பார் என்று அவரைப் பார்த்து, தேர்ந்தெடுத்து, அவரும் நடிக்கவேண்டிய நேரத்தில், நடிக்கமுடியாத சூழல் உருவானது. அப்பெண்ணுக்கு அந்நேரத்தில் பாரதிராஜாவின் ‘பொம்மலாட்டம்’ பட வாய்ப்பு வரவே, கால்ஷீட் பிரச்னை போன்ற காரணத்தினால் அவர்களால் என் படத்தில் நடிக்கமுடியாமல் போய் விட்டது. பின்னரே, நான் பத்மபிரியா பற்றிக் கேள்விப்பட்டேன்.

நான் நினைத்ததுபோலவே தமிழ்க் கலாச்சாரம் கொண்ட முகம். மிகச் சிறந்த நடிப்பாற்றல் கொண்டவர். இயக்குநருக்கான நடிகை. தன்னிடம் எவ்விதமான நடிப்பை எதிர்பார்க்கிறார்கள், என்பதைப் புரிந்துகொண்டு அதனை வெளிப்படுத்தும் குணம் அவருக்கிருந்தது. ப்ருத்விராஜ், பத்மபிரியா இருவருமே முழுமையாகக் காட்சியை உள்வாங்காமல், அதில் நடிக்கவே மாட்டார்கள். பாலச்சந்தர் சார் தேவைப்படுகிற வேளைகளில் நடிகர்களிடம் நடித்துக்காட்டுவார். அவர்தான் நான் நடிகர்களிடம் வேலை வாங்குவதில் எனக்கு முன்மாதிரி. முடிந்தவரை நடித்துக்காட்டாமல் இருக்கத்தான் முயற்சிப்பேன். வேறு வழியில்லாமல் நான் நடித்துக்காட்டுவது கூட, அந்தச் சமயத்தில் வஸந்த் ஒரு நடிகராக இருந்தால் எப்படி அந்த இடத்தில் நடிப்பாரோ, அதைத்தான் செய்துகாட்டுவேன்.

எப்போதும் இயக்குநரும், நடிகரும் அன்றைக்கு எடுக்கவேண்டிய காட்சியைக் குறித்துத் தெளிவாக உரையாடிய பின்னர்தான் படப்பிடிப்பைத் தொடங்குவேன்.

பின்னர், முழுப் படத்திலும், இயக்குநராக எனக்கு மிகப்பெரிய

சவால்கள் காத்துக்கொண்டிருந்தன. முக்கியமாக, பணத் தட்டுப்பாடு என்பது பல்வேறு காரணங்களால் எங்களைத் துரத்திக்கொண்டே வந்தது. இந்தப் படத்தின் முதல் ஷாட், ஸ்ரீரங்கத்திலுள்ள அம்மா மண்டபத்தில்தான் எடுத்தோம். மித்ரா ஃப்லிம்ஸ் பாய் தான் அப்போது இந்தப் படத்தின் தயாரிப்பாளர். அம்மா மண்டபத்தில் பூஜை முடிந்தவுடன், ஸ்ரீரங்கம் யானைதான் முதல் ஷாட். நிதின் சத்யாவிற்கு யானை ஆசீர்வாதம் செய்வதுபோல இருக்கும். அதன் பிறகு, தொடர்ந்து பல கட்டங்களில் சென்னையிலும் படப்பிடிப்பு நடந்தது. இருபது அல்லது இருபத்தைந்து நாட்கள் படப்பிடிப்பு முடிந்த பின்னர், மித்ரா ஃபிலிம்ஸ் பாய்க்கு ஏற்பட்ட பணத் தட்டுப்பாடு காரணமாக, படம் இடையிலேயே நின்றுபோனது. கிட்டத்தட்ட, எட்டு மாதங்களுக்குப் படம் அடுத்தகட்டத்தை நோக்கி நகராமல், பாதியிலேயே நின்றுவிட்டது. அந்தச் சமயத்தில் எனக்குத் தெரிந்த சினிமா நண்பர்களிடம் பேசி, படத்தை அவர்கள் தயாரிப்பில் தொடர்ந்து எடுத்துமுடிக்க முயற்சித்தேன். என் சிறுவயது முதலே அறிமுகமானவர் சங்கர். என்னைவிட இளையவர். ஆழ்வார்ப்பேட்டையில் இருவருக்குமே நல்ல பழக்கம் உண்டு. பின்பு சங்கர்தான், இந்தப் படத்தை மேற்கொண்டு எடுக்க ஒத்துழைப்புக் கொடுப்பதாக உறுதி தந்தார். சொன்னதுபோலவே அவரும், 'செந்தில்' என்ற நண்பருடன் இணைந்து, 'கைவல்யா என்டர்டெய்ன்ட்மெண்ட்' நிறுவனத்திலிருந்து 'சத்தம் போடாதே' படத்தை வெற்றிகரமாக எடுத்துமுடித்தார்.

நிதின் சத்யா ஏற்று நடித்திருக்கிற கதாபாத்திரம் மிக வலுவாக திரைக்கதையில் எழுதப்பட்டிருந்தது. ஆனால், அப்போது நிதின் சத்யா திரைத் துறை முன் அனுபவம் இல்லாதவர். அதனால், அவருக்கு படப்பிடிப்பு துவங்குவதற்கு முன்பே நிறைய நடிப்பு பயிற்சிகள் கொடுத்தேன். நிதின் சத்யாவின் அம்மாதான் நடிகர் கரணின் மேனேஜர். கரண். 'நேருக்கு நேர்' படத்தில் நடிக்கிறபொழுது, அவர்களும் எனக்கு அறிமுகமானார்கள். பின்னர். நிதின் சத்யாவை என்னிடம் அழைத்துவந்தபோது, அவரது கண்கள் இந்தக் கதைக்கு மிகப் பொருத்தமானதாக இருந்தது. அந்தப் பெரிய கண்களில் ஏதோ ஒரு திருட்டுத்தனம், அப்பாவித்தனம், குரூரம், எல்லாமே கலந்து இருந்தன. பின்னர், அவரது இயற்பெயர் மறந்துபோவது போல், 'நிதின் சத்யா' என்ற பெயரையும் கொடுத்து, நடிக்க வைத்தேன்.

இந்தப் படத்தில் பெரும்பாலும் அழுத்தமான காட்சிப் பதிவுகள் நிறைந்திருக்கும். ஒரு குடிகாரன், அவன் ஏற்கனவே ஆண்மை பறிபோனவன், அதை மறைத்து ஒரு திருமணம் செய்துகொள்கிறான், பிற்பாதியில் ஒரு பெண்ணை வீட்டில் அடைத்துவைத்திருக்கிறான். சித்திரவதை செய்கிறான் என்று ஒவ்வொரு காட்சியுமே கனமாக இருக்கும். எனவே, திரைக்கதையில் ஒரு பகுதியில் மயிலிறகாகக் காதல் வரவேண்டும் என்று விரும்பினேன். அதற்காக, ப்ருத்விராஜ், பத்மப்ரியா இருவருக்குமிடையிலான அறிமுக விளையாட்டுகள் இடம்பெற்றன. அவரே, ரவியாகவும், சந்திரனாகவும், பத்மப்ரியாவை ஏமாற்றிக்கொண்டிருப்பார். கல்யாணம் முடிந்தபிறகுதான் அந்த உண்மை தெரியவரும். பின்னர், திரைக்கதை எழுதும்பொழுதே பெரும்பாலும் தமிழ் சினிமா பின்பற்றி வருகிற ஓர் அமைப்பிற்குள் இல்லாமல், கதைப்படி ரத்னவேலுவிற்கும், பானுவிற்கும் படம் ஆரம்பித்த ஐந்தாவது நிமிடத்தில் கல்யாணம் முடிந்துவிடுகிறது என்று காட்ட விரும்பினேன். கதாநாயகன் திரைக்கதையின் நடுவில்தான் அறிமுகமே ஆவார். நாயகிக்குக் கல்யாணம் நடந்துவிட்டது. இனிமேல் எப்படி நாயகனுடன் இணைவார்? இப்படிப் பல புதுப்புது சவால்களை எனக்கு நானே உருவாக்கிக் கொண்டேன்.

கேரளாவில் இருப்பவர்களுக்கு கொச்சின், தினமும் பார்க்கக்கூடிய ஒரு ஊர். ஆனால், நான் அந்த ஊரைப் புதிதாகப் பார்த்தேன். கொச்சினில் மூன்று வழிச் சாலைகளும் இருக்கும். நிதின் சத்யா பைக்கில் வந்தபின்னர், படகிலும் பயணம் செய்துதான் பத்மப்ரியாவை மறைத்து வைத்திருக்கிற இடத்திற்குப் போவது போல் கதை அமைத்திருந்தேன்.

கதையை த்ரில்லர் பாணியில் சொல்வதற்கு, அந்த ஊர் எனக்கு மிகவும் உதவி செய்தது. வீட்டில் நடக்கிற காட்சிகள் எல்லாம் சென்னையில்தான் எடுத்திருந்தேன். ஆனால், கொச்சினில் நடப்பது போலப் பொருத்திப் படம் எடுத்தேன்.

Psychological thriller படம் செய்கிற பொழுது பல சவால்களான விஷயங்களை நீங்கள் எதிர்கொள்ள வேண்டியிருக்கும். உதாரணமாக. பெண்ணை ஒருவன் அடைத்துவைக்கிறான். அவளால் வெளியே வரமுடியவில்லை. அவள் கத்துவதுகூட

வெளியே யாருக்கும் கேட்காது போன்ற விஷயங்களையெல்லாம் நம்புவதுபோல் நீங்கள் காட்சிப்படுத்தவேண்டும்.

அந்தப் பெண் சத்தம்போடுகிறாள், அதை முதலில் அவன் உணர்ந்தால்தான், அந்தச் சத்தத்தை மற்றவர் கேட்காமல் இருக்க, அதற்குத் தக்க நடவடிக்கைகளை அவனால் எடுக்க முடியும். இதற்காக ஒரு காட்சி யோசித்திருந்தேன். பத்மப்ரியாவை ஒரு அறையில் போட்டுப் பூட்டிவிட்டு, நிதின் சத்யா வெளியே கிளம்பிக்கொண்டிருப்பார். பைக்கை எடுப்பார். வெளியே என்ன நடக்கிறது என்று தெரியாத பத்மப்ரியா. "காப்பாத்துங்க! காப்பாத்துங்க" என்று கத்துவாள். அது வெளியில் நிற்கிற நிதின் சத்யாவிற்குப் கேட்டுவிடுகிறது. உடனே அவர் கிடுகிடுவென மேலே ஓடிவருவார். அறைக் கதவைத் திறப்பார். பார்த்தால், உள்ளே பத்மப்ரியா கத்திக்கொண்டிருப்பாள். இந்த ஷாட்டிலிருந்து ஆரம்பித்து, அதற்குப் பின்னர் ஒரு இருபது நிமிடங்களுக்குப் படத்தில் பேச்சே வராது. வசனத்தைத் தவிர்த்து, ஒரு த்ரில்லரை நகர்த்தியிருப்பேன்.

ஆல்ஃப்ரெட் ஹிட்ச்காக் எனக்கு மிகமிகப் பிடித்த இயக்குநர். அதேபோல எழுத்தாளர்களில் ஷேக்ஸ்பியர். அவருக்கு மிஞ்சின கதைசொல்லி வேறு யார்? இந்தப் படம் குறித்து, ஆரம்பத்தில் நான் சொன்னது, "A Shakespeare story, told in a hitchcockian way." ஷேக்ஸ்பியரின் கதையை, ஹிட்ச்காக் படமாக எடுத்தால் எப்படியிருக்குமோ. அதுதான் 'சத்தம் போடாதே!'

வஸந்த் S. சாய்

சத்தம் போடாதே

திரைக்கதை

i love
வஸந்த்தின்
சத்தம்
போடாதே

காட்சி 1: கோவில்

கோவில் யானை வருவது

An SM Vasanth Film

காட்சி 2: மனநலக் காப்பகம் /பகல்

ஒருவன் பார்ப்பது

மூவர் பார்ப்பது

அனைவரும் ஓடி வருவது

அனைவரும் ஜன்னல் வழியாக எதையோ பார்ப்பது

“சத்தம் போடாதே”

காட்சி 3: பானு வீடு /பகல்

பானுவின் அம்மா கிச்சனில் வேலை செய்கிறாள்

பானுவை பெண் பார்க்க வந்திருக்கின்றனர்

ஜெகன்:

எனக்கு சினிமாவுல ரொம்ப இன்ட்ரஸ்ட் சார்... ஓ போடு

பாட்டுல நானும் விக்ரமும் டான்ஸ் ஆடிருக்கோம் என்ன... அவர் ஸ்க்ரீன்ல ஆடினாரு... நான் தியேட்டர்ல ஆடினேன்.

பானு சிரிப்பது

அனைவரும் சிரிப்பது

அப்பா:

சாப்பிட்டு சரியா துடைக்கல போலிருக்கே...'ஈ' உட்காந்திருக்கு பாருங்க.

ஜெகன்:

"தாடி சார்... குசும்பு உங்களுக்கு மட்டும்தானா... இல்ல உங்க பொண்ணுக்கும் உண்டா?

பா. அப்பா:

மாப்பிள்ள... கும்பகோணம் டிகிரி காபி போடுறதுல என் பொண்ணு பானு எக்ஸ்பர்ட்... அவ போட்ட கா∴பி பிடிச்சிருக்கா

பானு சிரிப்பது

ஜெகன், ரத்னவேல் இருவரும் நிற்கிறார்கள்

ஜெகன்:

இவன் என் க்ளோஸ் ∴ப்ரண்ட் பாத்ரூம் தவிர எங்க போனாலும் கூட்டிட்டு போயிடுவேன். அதான் இங்கயும் கூட்டிட்டு வந்தேன். காஞ்சிபுரம் வேற சொன்னேனா கொஞ்சம் ஆர்வமா வேற வந்தான்.

பானு சிரிக்கிறாள்

காட்சி 4: கோவில்சாலை / பகல்

ராமச்சந்திரன் (பானுவின் அண்ணன்) பானுவின் அம்மா இருவரும் ரிக்ஷாவில் வருகிறார்கள்.

அண்ணன்:

ஒரு பேட் நியூஸ்மா நம்ம பானுவே மெட்ராஸ்லருந்து வந்து பொண்ணு பாத்துட்டு போனாங்களே...

அம்மா:

ஆமா

அண்ணன்:

அந்தப் பையன் போன் பண்ணிருந்தான் நம்ம பானுவை வேணாம்டான். அதுவும் ஏன் வேணாம்னு ஒரு காரணம் சொன்னான் பாரு... அவன் அவனுக்கு அழகான பொண்டாட்டி கிடைக்கணும்னு ஆசைப்படுவான். இவன் சொல்றான். நம்ம பானு ரொம்ப அழகா இருக்காலாம்... அதனால கல்யாணம் பண்ணிக்க பயமா இருக்காம் வேணாம்டான்

அம்மா:

விடுறா... அவனுக்குக் குடுத்து வைக்கல

காட்சி 5: ரத்னவேல், ஜெகன் அறை/இரவு

ரத்னவேல் பால் கொண்டு வருவது

ரத்னவேல்:

டேய் ஜெகன் காஞ்சிபுரத்துக்குப் போய் உனக்குப் பொண்ணு பார்த்தோம்லே அந்தப் பொண்ண எனக்குப் பிடிச்சிருக்கு... உனக்கு அப்ஜெக்‌ஷன் இல்லைனா அவங்க வீட்ல நான் பேசட்டுமா? அந்தப் பொண்ண எனக்குக் கல்யாணம் பண்ணித் தருவீங்களான்னு

காட்சி 6: திருமண மண்டபம் /இரவு

ராமச்சந்திரன் மணமகள் இருக்கும் அறைக் கதவைத் தட்டுகிறான்

அண்ணன்:

பானு... பானு

பானு கதவைத் திறந்து பார்ப்பது

அண்ணன்:

எவ்வளவு நேரம்தான் மேக்கப் போடுவ... சீக்கிரம் வா...

பானுவை மணமேடைக்கு அழைத்து வருவது

அப்பா:

ஏம்மா இவ்வளவு லேட் மாப்பிள கோவிச்சுக்கிறாரு... பாரு...

பானுவுடன் அனைவரும் போட்டோ எடுத்துக்கொள்வது

ரத்னவேல் ஜெகன் திருமணப் பதிவாளரை மணமேடைக்கு அழைத்து வருகிறான்

ரிஜிஸ்ட்ரார்:

என்ன சார் இவரு... மேரேஜ் ரிஜிஸ்டர் பண்றதுக்கு சாட்சிக் கையெழுத்து இவரு போடுறேன்னு சொல்றாரு பரவால்லையா?

ஜெகன்:

சார் மேரேஜ்க்கு கேன்டிடேட்டாவே கையெழுத்துப் போட வேண்டியவன் நான்... சார் உங்களுக்குதான் தெரியும்ல சொல்லுங்க சார்

ரத்னவேல் கையெழுத்துப் போடுவது

ரத்னவேல்:

பானுவை நான் கல்யாணம் பண்ணிக்கிட்டதுல உனக்கு வருத்தம் இல்லையே

ஜெகன்:

வருத்தம்தான்

காட்சி 6அ: திருமண மண்டபம் /இரவு

ராமச்சந்திரன் காரை நோக்கி ஓடி வருகிறான்

அண்ணன்:

பானு... பானு...

அண்ணன்:

இது உனக்கு! இங்கேயே பிரிச்சிப் பாக்கலாம்.

பிரிக்கிறாள் குட்டிப் பொம்மை இருக்கிறது.

அண்ணன்:

நீ பானு... இது குட்டி பானு

காட்சி 7: ரத்னவேல் வீடு /இரவு

ரத்னவேல் பானு இருவரும் மொட்டை மாடியில் நின்று பேசுவது

பானு:

நீங்க ரொம்ப பேச மாட்டீங்களா?

ரத்னவேல்:

ம்...

பானு:

அதென்னது அய்யம்பேட்டை காளிதாஸ் ரத்னவேல்... மூணு பேரா?

ரத்னவேல்:

அய்யம்பேட்டை ஊரு காளிதாஸ் அப்பா ரத்னவேல் நான்

இப்போது ரத்னவேல் பானு இருவரும் வீட்டினுள் அமர்ந்து பேசுவது

ரத்னவேல்:

பானுமதி... உனக்கு ஒரே பேருதானா? வீட்ல கூப்பிடுற பேரு... வேற ஏதாவது இருக்கா?

பானுமதி:

ரெண்டு மூணு செல்லப் பேரு இருக்கு அண்ணா தான் அப்படி கூப்பிடுவான்... ஒண்ணு 'ரா'ல ஆரம்பிச்சு 'சி' ல முடியும் இன்னொண்ணு 'க'ல ஆரம்பிச்சு 'தை'ல முடியும்.

ரத்னவேல்:

எவ்ளோ அழகு நீ உன்னை எப்படி 'ராட்சசி கழுதை'ன்ல்லாம் கூப்பிட மனசு வருது

பானுமதி:

இந்த அழகுக்கு பயந்துதானே உங்க ஃப்ரண்ட் என்ன வேணான்னு சொல்லிட்டாரு

ரத்னவேல்:

அவனுக்குதான் நஷ்டம்

இப்போது ரத்னவேல் பானு இருவரும் முதலிரவு கட்டிலில் அமர்ந்து பேசுவது

பானுமதி:

என்னை அவர் கூட வந்தப்பவே உங்களுக்குப் பிடிச்சுதா?

ரத்னவேல்:

காஞ்சிபுரத்துலிருந்து போட்டோ வந்தது பார்த்தவுடனே பிடிச்சிருந்தது... நேர்ல பார்த்ததும் நிச்சயமாயிடுச்சு நீதான் என் ஓய்ஃப்ன்னு. என் ஃப்ரண்ட்டுக்குக் கொடுத்து வச்சது அவ்வளவுதான் விடும்மா

பானுமதி:

ஒருவேளை உங்க ஃப்ரண்ட்டுக்கு என்னைப் பிடிச்சிருக்குனு சொல்லியிருந்த நீங்க என்ன பண்ணிருப்பீங்க.

திடீரென்று ரத்னவேல், பானு காலில் விழுகிறான் ரத்னவேல் எழுந்து சடாரென்று

ரத்னவேல்:

என்ன கல்யாணம் பண்ணிக்கோ ப்ளீஸ் ப்ளீஸ் இப்படித்தான் கால்ல விழுந்து கெஞ்சிருப்பேன். என் உடம்புல இங்க... இங்க.... இங்க... இங்க...

பானுமதி:

அங்கெல்லாம் என்ன?

ரத்னவேல்:

வலிக்குதும்மா எப்படா தூங்குவோன்னு இருக்கு அப்பா... காலைல இருந்து தாத்தா கால்ல விழு... பாட்டி கால்ல விழுன்னு

ஒரே கூட்டம் கூச்சல் ஹோமப் புகைய அணைக்க ஃபயர் என்ஜினே வருன்னு நெனைச்சேன். காஞ்சிபுரத்துல ஃபயர் ஸ்டேஷன் இருக்குல்ல.

பானுமதி சிரிக்கிறாள்.

("அழகு குட்டி செல்லம்" பாடல் துவங்குகிறது. கதையின் நாயகன் ரவிச்சந்திரன் (பிருத்விராஜ்) மழலைகளின் நடுவே பாடுகிறார். நூறு குழந்தைகளின் புன்னகையும் சிரிப்பும் நிறைந்த பாடலாக அது காட்டப்படுகிறது.)

காட்சி 8: பானு வீடு /பகல்

பானு பாத்ரூமில் குளித்துக்கொண்டிருக்கிறாள்.

அம்மா:

பானு

பானுமதி:

என்னம்மா

அம்மா:

இந்தச் சேலைய கட்டிட்டு சீக்கிரம் வாம்மா மாப்பிள்ளை கிளம்பிட்டாரு

பானுவின் அப்பாவும், ரத்னவேலும் பேசிக்கொண்டு வெளியே வருகிறார்கள்

ரத்னவேல் காபி குடிக்கிறான்.

அப்பா:

மாப்பிளை நீங்க அண்ணா வீடு பாத்திருக்கீங்களா? அண்ணான்னா உங்கண்ணா எங்கண்ணா இல்ல! பேரறிஞர் அண்ணா!

ரத்னவேல்:

கடமை, கண்ணியம், கட்டுப்பாடு

அப்பா:

ஆமா. எங்க காஞ்சிபுரத்திலேயே அவசியம் பாக்க வேண்டிய இடம். நான் சின்ன வயசா இருக்கும்போது அண்ணா வீட்டுக்கு எதிர்த்த வீட்லதான் குடியிருந்தேன். சின்ன காஞ்சிபுரம் அப்போ பானு பொறக்கவே இல்ல எப்படி பொறப்பா? எனக்குத்தான் கல்யாணமே ஆகலையே

பானு வீட்டினுள்ளிருந்து செல்லக் கோபத்துடன்

பானுமதி:

அப்பா...

அப்பா:

சரி... நிறுத்திட்டேமா

காட்சி 9: சாலை /பகல்

ரவிச்சந்திரன் சாலையில் நடந்து செல்கிறான்

ரவிச்சந்திரன்:

என்ன செல்போன் கீழே கிடக்கு யாரோடதா இருக்கும்? யாரையும் காணோம். ஒருவேளை செல்போனை தொலைச்சவன் போன் பண்றானோ?

ரவிச்சந்திரன் அதை எடுத்து,

ரவிச்சந்திரன்:

ஹலோ... யார் பேசறது?

வீட்டுக்காரர் போன் எடுத்தவுடனே திட்ட ஆரம்பிக்கிறார்

வீட்டுக்காரர்:

யாரா? கேட்படா கேட்ப நான் வீட்ட கட்டி, உனக்கு வாடகைக்கு விட்டுட்டு மாசாமாசம் வாடகை வாங்கிறதுக்கு உங்கிட்ட நாயா அலையறேன்.

ரவிச்சந்திரன்:

சார்... அவசரப்படாதீங்க

வீட்டுக்காரர்:

நீயெல்லாம் ஒரு மனுசனா த்தூ... ஏண்டா துப்புனுனே முகத்தையாவது துடைச்சிக்கிட்டியா?

ரவிச்சந்திரன்:

சார்...

வீட்டுக்காரர்:

சொரணை கெட்ட ஜென்மம்... நீயல்லாம் மனுசனா... வைடா போனை... வைடா...

ரவிச்சந்திரன்:

சார்... என்னை ஒரு வார்த்தை பேசவிடாம அவனே திட்டி முடிச்சிட்டான்

அடுத்த அழைப்பு போனில் வருகிறது

ரவிச்சந்திரன்:

ஹலோ

மளிகைக் கடைக்காரர் போன் எடுத்தவுடனே திட்ட ஆரம்பிக்கிறார்

மளிகைக் கடைக்காரர்:

என்னாலே லொளோங்க.... ஏலே சோத்துல உப்புப் போட்டுச் சாப்பிடுறியா? இல்ல மண்ணள்ளிப் போட்டு வெருவி சாப்பிடுறியா

ரவிச்சந்திரன் போனில் கேட்பது

மளிகைக் கடைக்காரர்:

முந்திரிப் பருப்ப மொத்தமா வாங்கி பன்னி மாதிரி சவசவன்னு சவச்சுத் தின்னல்லே... தேதி 15 ஆச்சே அந்த அண்ணாச்சி கடைக்குப் போய் கடனைக் குடுப்போம்... அப்படிங்கற எண்ணம் உனக்குக் கொஞ்சமாவது இருக்கால்லே...

ரவிச்சந்திரன்:

அண்ணாச்சி நான் அவன் இல்லை

மளிகைக் கடைக்காரர்:

ஏய் என்ன சினிமா பட டைட்டிலா சொல்ற...

ரவிச்சந்திரன்:

இல்ல... அண்ணாச்சி

மளிகைக் கடைக்காரர்:

நாசமா போறவனே வெளங்காதவனே சாயங்காலம் 5 மணிக்கு பணத்தோட கடைக்கு வரலன்னா... திருநெல்வேலிக்காரன பத்தி உனக்குத் தெரியும்ல உன்ன துண்டா வெட்டிட்டு அந்தத் தலையைத் தூக்கிட்டு பாளையங்கோட்டை சிறைச்சாலைக்குப் போயிருவம்ல ஏலே.. இதுக்குப் பேருதான்ல சரண்டரு

ரவிச்சந்திரன் செல்போனை ஆன் பண்ணுவது

பால்காரன் போன் எடுத்தவுடனே திட்ட ஆரம்பிக்கிறார்

பால்காரன்:

ஏண்டா பன்னாட பாலும் தயிரும் மோருன்னு புருஷனும் பொண்டாட்டியும் லிட்டர் லிட்டரா வாங்கிக் குடிச்சீங்கல்ல மாசம் பொறந்தா துட்டு தரணுங்கிற அறிவு இல்ல. துட்ட நீ போடுவேன். நான் எப்படிடா புண்ணாக்கு தின்பேன். இன்னிக்கு சாயந்திரம் 5 மணிக்கு வந்து காசை கொடுக்கல. உன் நெஞ்சுல இருக்குற மஞ்சா சோத்து எடுத்து மாட்டுக்கு தீனியா போட்டுறுவேன்டா கட்டித்தீனி.. போனை வைடா

ரவிச்சந்திரன் சலிப்பாக போனை வைத்துவிட்டு மனதிற்குள் நினைக்கிறான்

ரவிச்சந்திரன்:

ஆளாளுக்கு தர்ம அடி மாதிரி இப்படி திட்றாங்களே. இவன் ஊர சுத்தி கடன் வாங்கிருப்பான் போலருக்கு. இதுல செல்போனை வேற தொலைச்சுட்டான். பாவம் என்னல்லாம் கஷ்டப்படுறானோ எப்படியாவது இவன் அட்ரஸ கண்டுபிடிச்சு செல்போனை திருப்பிக் குடுத்துடணும். ஹ்ம்ம்... ரவிச்சந்திரன் இன்னிக்கு நீ ஒரு நல்ல காரியம் பண்றடா என்ன ஆனாலும் சரி

ரவிச்சந்திரன்:

ஹலோ கஸ்டமர் கேர்...

காட்சி 10: செல்போன் வாடிக்கையாளர் வீடு/இரவு

செல்.காரரர் மனைவியிடம் பேசுவது

செல்.காரரர்:

ஏண்டி புதுசா ஒரு பிஸ்னஸ ஆரம்பிக்கலான்னுருக்கிறேன் அதுக்காக என் ஃப்ரண்ட் ஒரு பைனான்ஸர அனுப்புறேனுருக்கிறான். அவன் இப்ப வந்துருவான்.

ரவிச்சந்திரன் வெளியே வந்து நிற்கிறான்

செல்.காரரர்:

வந்திட்டாருல்ல பணத்தோட

ரவிச்சந்திரன்:

இந்த 7ஜி ரெயின்போ காலனி வீடு இதானே

ரவிச்சந்திரன் கணவனும் காபி குடித்துக்கொண்டு பேசுவது

ரவிச்சந்திரன்:

பாவம் உங்களுக்கு ஏகப்பட்ட கடன் பணக் கஷ்டம். வேற

செல்.காரரர்:

ஆமா சார்

ரவிச்சந்திரன்:

கரைக்ட்டா

செல்.காரரர்:

கரைக்ட் சார் நான் பால் வியாபாரம் பண்ணேன்

மனைவி:

ஊத்திக்கிச்சி

செல்.காரர்:

பழ வியாபாரம் பண்ணேன்

மனைவி:

நசுங்கிடுச்சு

செல்.காரர்:

பாய் வியாபாரம் பண்ணேன்

மனைவி:

படுத்திடுச்சு

செல்.காரர்:

அவ்வளவு ஏன் துணி வியாபாரம் கூட பண்ணேன்

மனைவி:

டர்...னு கிழிஞ்சிடுச்சு

ரவிச்சந்திரன்:

நீங்க இரும்பு வியாபாரம் பண்ணிருக்கணும்

மனைவி:

அதையும் பண்ணாரே...

செல்போன்காரர்:

இரும்பு துரும்பா போச்சே அதனாலதான் புதுசா ஒரு பிஸ்னஸ்... உப்பையும் மாவையும் ஒண்ணா சேர்த்து உப்புமான்னு விக்கலான்னுருக்குறேன்... சார்

ரவிச்சந்திரன்:

சார் சூப்பர் ஐடியா சார்... ரெடிமேட் கேர்டு (curd) ரைஸ் மாதிரி ரெடிமேட் உப்புமா! கேர்டு (curd) ரைஸ்க்கு பிரகாஷ்ராஜ்னா உப்புமாக்கு பாக்யராஜ வச்சு விளம்பரம் பண்ணுங்க

செல்.காரர்:

பத்மா... சார் என்ன சூப்பர் ஐடியா தர்றாரு பாத்தியா?

ரவிச்சந்திரன்:

அதேதான் பத்மா... உப்மா

செல்.காரர்:

பத்மா... உப்மா

ரவிச்சந்திரன்:

பசிக்குது போதுமா

செல்காரர்:

பசிக்குது போதுமா

ரவிச்சந்திரன்:

வேற ஏதும் வேணாம்மா

செல்காரர்:

வேற ஏதும் வேணாம்மா

ரவிச்சந்திரன்:

சார்... இப்படி விளம்பரம் பண்ணுங்க சார். உங்க பிஸ்னஸ் ஓஹோன்னு ஆயிடும்

செல்காரர்:

சார் சூப்பர் ஐடியா சார்.

ரவிச்சந்திரன்:

தேங்க்யு... தேங்க்யு... உங்க கைய உங்ககிட்ட வச்சுக்கங்க

செல்காரர்:

சார் இது எங்களுக்குத்தானே

ரவிச்சந்திரன்:

ஆமா உங்களுக்குத் தான் என்ன சார்ஜ் கொஞ்சம் கம்மியா இருக்கும் அவ்வளவுதான்.

மனைவி:

ஹ்ம்ம்... க்கும்

செல்காரர்:

சொன்னானே என் ஃப்ரண்ட் சொன்னானே மத்த இடத்தோட உங்ககிட்ட சார்ஜ் கம்மியா இருக்குமுன்னு

ரவிச்சந்திரன்:

ஓ... சரி கரைக்ட்டா இருக்கான்னு செக் பண்ணிக்கங்க

மனைவி:

வாங்கிக்கய்யா

செல்காரர்:

சார்... பணத்தை எண்ணிப் பாக்கச்சொல்றாரு

மனைவி:

எண்ணு... எண்ணு

ரவிச்சந்திரன்:

பணத்தை...

செல்காரர்:

என்ன பணம்னு நெனைச்சா செல்போன் வருது

செல்காரர்:

இந்த செல்போன் எந்து மாதிரியே இருக்கே...

ரவிச்சந்திரன்:

உங்களது மாதிரி இல்ல சார் உங்களோடதேதான். ஏற்கனவே ஊர் பூராம் சார் கடன் வாங்கி ரொம்ப கஷ்டத்துல இருக்காரு. இதுல செல்போன் வேற தொலைச்சுட்டு ரொம்ப அவஸ்தைப் பட்டுருப்பாரு. அதான் கஷ்டப்பட்டு கஸ்டமர் கேர்ல அ ட்ரஸ் கண்டுபுடிச்சுக் கொண்டுவந்து குடுத்துட்டேன்.

மனைவி:

ரொம்ப முக்கியம்

செல்காரர்:

நானே கடங்காரனுக்கு பயந்து மூணுவாட்டி த்தூ..த்தூ..

த்தூ.. னு காறித் துப்பி தலைய சுத்தி விசிறிப் போட்டு வந்தன்டா இத்த போயி எடுத்துட்டு வந்து குடுக்கிறியேடா

மனைவி:

அதானே

ரவிச்சந்திரன்:

இல்ல.. ஒரு ஹெல்ப் பண்ணலான்னுதான் நான் இந்த செல்போனை

செல்காரர்:

இதுவாடா ஹெல்ப், இதுவாடா ஹெல்ப் என்னாடி வாயை பொலந்துனுக்கிற ...உள்ள போயி துடப்பப் கட்டையும் மத்துக் கட்டையும். எடுத்துக்கினு வா

ரவிச்சந்திரன்:

ரெண்டுமா?

செல்காரர்:

இன்னைக்கு இவன வெளு வெளுனு வெளுத்துணும் டேய்..

மனைவி:

தோ எடுத்துனு வரேன்

ரவிச்சந்திரன்:

சார்

மனைவி வீட்டினுள் ஓடுகிறாள்

செல்காரர்:

டேய்... என்ன

ரவிச்சந்திரன்:

அந்த பத்மா உப்மா ஆக்சுவலி மட்டமான ஐடியா.. செல்காரர் கோபமாகிறார்

செல்காரர்:

டேய்...

காட்சி 11: சர்ச்/பகல்

சர்ச் வெளிப்புறத் தோற்றம் காண்பிக்கப்படுகிறது.

சர்ச் உள்தோற்றம் காண்பிக்கப்படுகிறது

ஏஏ ஷிஃப்

ஆல்கஹாலிக் அனானிம்ஸ் என்பது குடிநோயிலிருந்து மீள விரும்புவோர்க்கு உதவும் ஓர் அமைப்பு.

இயேசு சிலை காண்பிக்கப்படுகிறது

ஏஏ ஷிஃப்

இந்த அமைப்பின் உறுப்பினர்கள் தங்களுடைய அனுபவம். தெம்பு நம்பிக்கை. இவைகளை ஒருவருக்கொருவர் பகிர்ந்துகொள்வதன் மூலம் மற்ற குடிகாரர்களையும் அதிலிருந்து மீட்க உதவும் ஆண்கள் பெண்கள் சார்ந்த இயக்கம் குடியை நிறுத்த வேண்டும் என்ற விருப்பமே இதில் உறுப்பினர் ஆவதற்கு ஒரே தகுதி...

ஏஏ குரூப் லீடர்:

நாங்கள் தெளிவாய் இருப்பதும் மற்ற குடிநோயாளிகள் தெளிவுத் தன்மை அடைய உதவுவதும் தான் ஆல்கஹாலிக் அனானிம்ஸியுடைய அடிப்படை நோக்கம்

ஏசுநாதர் சிலை, மாதா சிலை, பெரிய இயேசு சிலை காண்பிக்கப் படுகிறது

ஏஏ குரூப் லீடர்:

குடிநோயாளிகளாகிய நாங்கள்

குடிநோயாளிகள் அனைவரும் ஒன்றாகத் துதிப்பது காட்டப்படுகிறது.

குரூப்:

குடிநோயாளிகளாகிய நாங்கள்

ஏஏ குரூப் லீடர்:

சமுதாயத்தையும்

குரூப்:

சமுதாயத்தையும்

ஏஏ குரூப் லீடர்:

குடும்பத்தையும்

குரூப்:

குடும்பத்தையும்

ஏஏ குரூப் லீடர்:

அழிக்கின்ற

குரூப்:

அழிக்கின்ற

ஏஏ குரூப் லீடர்:

இந்த கொடிய குடிப்பழக்கத்தை

இப்போது, இந்தக் கூட்டத்தில் ரத்னவேலும் அமர்ந்திருப்பது காண்பிக்கப்படுகிறது

குரூப்பில் ரத்னவேலும் இதைச் சொல்கிறான்:

இந்தக் கொடிய குடிப்பழக்கத்தை

ஏஏ குரூப் லீடர்:

இன்று முதல்

குரூப்:

இன்று முதல்

ஏஏ குரூப் லீடர்:

விட்டு விடுவோம்

குரூப் மற்றும் ரத்னவேல்:

விட்டு விடுவோம்

ஏஏ குரூப் லீடர்:

என்று

குரூப்:

என்று

ஏஏ குரூப் லீடர்:

உளமார

குரூப்:

உளமார

ஏஏ குரூப் லீடர்:

உறுதிமொழி ஏற்றுக்கொள்கிறோம்

குரூப்:

உறுதிமொழி ஏற்றுக்கொள்கிறோம்

இயேசு சிலை காண்பிக்கப்படுகிறது

காட்சி 12: கபாலீஸ்வரர் கோவில் தேர்த் திருவிழா /பகல்

வீதியில் தேர் வருவது அனைவரும் சாமி கும்பிடுவது

ஐயர்:

சண்ட பிரசண்ட இதண்ட

வீதியில் தேர் வருவது அனைவரும் சாமி கும்பிடுவது

கோதண்டபாணி முருகன்

வீதியில் தேர் வருவது அனைவரும் சாமி கும்பிடுவது

கத்திமித்தாள முருகன் ஒத்து நின்றாடிய

வீதியில் தேர் வருவது அனைவரும் சாமி கும்பிடுவது

சதாசவன் பெற்ற முருகன்

வீதியில் தேர் வருவது அனைவரும் சாமி கும்பிடுவது

கண்டவர் நிறைந்திடும் கண்டவர்

வீதியில் தேர் வருவது அனைவரும் சாமி கும்பிடுவது

முனிவரும் தாள் வணங்கிய வேலவன்

வீதியில் தேர் வருவது அனைவரும் சாமி கும்பிடுவது

கத்தன் அதாவது எப்படியென்றால்

கூட்டத்தில் ஏஏ குரூப் லீடர் (நாசர்) ரத்னவேலுவை பார்க்கிறார்.

வீதியில் தேர் வருவது அனைவரும் சாமி கும்பிடுவது

காட்சி 13: சர்ச்/பகல்

ரத்னவேலுவை அழைத்து ஏஏ குரூப் லீடர் (நாசர்) பேசுவது

ஏஏ குரூப் லீடர்:

ரத்னவேல் ரத்னவேல் ஒரு நிமிஷம்

ஏஏ குரூப் லீடர்:

நேத்து உன்னை அறுபத்து மூவர் திருவிழாவுல பார்த்தேன். கூட ஏதோ ஒரு லேடி இருந்தாங்களே

ரத்னவேல்:

எனக்குக் கல்யாணம் ஆயிடுச்சு காஞ்சிபுரத்துல

ஏஏ குரூப் லீடர்:

நீ எப்படிப்பா கல்யாணம் பண்ணிக்கலாம்

ரத்னவேல்:

என் ப்ராப்ளத்த எல்லாம் சொல்லிட்டுதான் பண்ணிக்கிட்டேன்! ஓவர் குடிப்பழக்கத்துனால எனக்குக் குழந்தையே பொறக்காது. ஆண்மை போயிடிச்சு எந்தப் பொண்ணுக்கும் தாம்பத்ய சுகம் தர முடியாது. இத எல்லாத்தையும் நேர்மையா சொல்லிட்டுதான் சார் கல்யாணம் பண்ணிக்கிட்டேன்.

ஏஏ குரூப் லீடர்:

குடிபோதையில பைக் ஓட்டி ஒரு குழந்தைய இடிச்சுச் கொன்ன அதுக்காக ஜெயிலுக்குப் போகவேண்டி இருந்தது. இதெல்லாம் அவங்ககிட்ட சொன்னியா?

ரத்னவேல்:

அதையும் சொல்லிட்டுதான் சார் பண்ணிக்கிட்டேன்.

ஏஏ குரூப் லீடர்:

இதெல்லாம் தெரிஞ்சும் உன்னை எப்படிப்பா கல்யாணம் பண்ணிக்க ஒத்துக்கிட்டாங்க

ரத்னவேல்:

ஏன்னா அந்தப் பொண்ணுக்கு வேற ஒரு பிரச்சனை சார். அது ஒரு குறையுள்ள பொண்ணு. அந்தப் பொண்ணு ஒரு மலடி. ஒரு ரோடு ஆக்சிடெண்ட்ல வயத்துல அடிபட்டு ஃபெலோபியன் டியூப் சீழ் பிடிச்சு.. கர்ப்பப் பையே எடுத்துட்டாங்க்க.. கேசுவலா ஒரு நாள் ட்ரெயின்ல இந்த விஷயத்தைச் சந்திச்சப்போ தெரிஞ்சுகிட்டேன்... ஜஸ்ட் ஒரு கம்பெனிக்காக ரெண்டு பேரும் கல்யாணம் பண்ணிக்கிட்டோம். குழந்தை மட்டும் தான் குடும்பமா?

ரத்னவேல்:

அதைத் தாண்டி எவ்வளவோ இருக்கே, கல்யாணத்துல நெறைய சந்தோஷம் இருக்குல்ல சார். ரெண்டு பேரும் சேர்ந்து ஒண்ணா சாப்பிட்டு ஒண்ணா தூங்கி... ஒண்ணா வாழறது, இதெல்லாம் இருக்குல்ல சார் அவளுக்காக நான். எனக்காக அவ, சார் கடவுளுக்கே குற்ற உணர்ச்சி சார் இவனைக் குறையோட படைச்சிட்டோமேன்னு. அதனாலதான் பானு மாதிரி ஒரு நல்ல பொண்ண குடுத்து பரிகாரம் பண்ணியிருக்கிறார். உண்மையான காம்பன்சேஷனா இந்த பொண்ணுக்கூட இல்ல குறையே இல்லாத ஒரு நல்ல பொண்ண கொடுத்திருக்கணும்.

ஏஏ குரூப் லீடர் கோபமாக வேகமாய்த் திரும்புவது

ரத்னவேல்:

சார் சார் சார் என்ன சார் கோபமா போறிங்க

ஏஏ குரூப் லீடர்:

பின்ன என்னப்பா கடவுள் என்ன குறையோட படைச்சிட்டாரு குறையோட படைச்சிட்டாரு பேச்சுக்குப் பேச்சு சொல்ற

ஏஏ குரூப் லீடர்:

அவரா உன்னைக் கையை பிடிச்சு இழுத்துட்டுப் போயி பார்ல உட்கார வச்சு வாயைத் தொறந்து விஸ்கிய ஊத்திக் குடிகாரனாக்குனாரு, உன் நடத்தை, உன் திமிரு அதனால தான் நீ குடிகாரனா ஆன! அளவுக்கு அதிகமா குடிச்ச! அதனாலதான் நீ குடிகாரனா ஆன! அளவுக்கு அதிகமாக குடிச்ச! அதனால்தான் உன் ஆண்மை போச்சு! எத்தனை பேரு பிறவிலேயே ஆண்மை இல்லாம பொறக்குறாங்க.

ஏஏ குரூப் லீடர்:

சும்மா சும்மா கடவுள் மேல பழியைப் போட்டுக்கிட்டு ஏதோ உன் நல்ல நேரம் ஆல்கஹாலிக் அனானிமஸ் இருந்தது. நீ வந்து சேர்ந்த... உன் பிரச்சனை எல்லாம் தீர்ந்து போச்சு. சரி அதை விடு, It's ok உனக்கு கல்யாணம் ஆயிடுச்சு, வெரிகுட் கிடைச்ச வாழ்க்கையை வச்சுக்கிட்டு சந்தோஷமா இரு. அதுதான் எனக்கும் வேணும்.

ரத்னவேல்:

சார்... இந்த...

ஏஏ குரூப் லீடர்:

புரியுது. ஆல்கஹாலிக் அனானிமஸ்ல பேசின விஷயம் வெளில போகாது. ரகசியம் ரகசியமாவே இருக்கும். கர்த்தர் உன்னை ஆசிர்வதிப்பார். (Take care)

காட்சி 14: பானு வீடு /பகல்

பானுவின் அப்பா ரத்னவேலுவை கைபிடித்து இழுத்துச் செல்கிறார்

அப்பா:

வாங்க மாப்பிள்ளை

ரத்னவேல்:

என்ன மாமா கை எல்லாம் பிடிச்சு இழுத்துக்கிட்டு

அப்பா:

அட வாங்க சொல்றேன்

ஒரு பலகையில் மரம் வரைந்துள்ளதை ரத்னவேலுவிற்குக் காண்பிக்கிறார்

அப்பா:

மாப்பிள்ள இதான் எங்க வம்சத்தோட பட்டியல்.

ரத்னவேல்:

பேமிலி ட்ரீ

அப்பா:

அதான் மரத்தோட படம் எல்லாம் போட்டுருக்கேன்ல. இதுல் உங்க பேரையும் பொண்ணோட பேரையும் சேர்த்திருக்கேன்.

அப்பா:

ஒண்ணு கவனிச்சிங்களா மாப்பிள்ள எங்க குடும்பத்துல

ஒவ்வொருத்தருக்கும் கரெக்டா ரெண்டே பசங்கதான். இது எங்க தாத்தா பாட்டி. அதுக்குக் கீழ நாங்க ரெண்டு பேரும். உங்க ரெண்டு பேருக்கும் கீழ ரெண்டு இடம் கரெக்ட்டா விட்டு வச்சுருக்கேன் சீக்கிரமா அதை நிரப்பி என்னை தாத்தாவாக்குங்க மாப்பிள்ள!

பானு துணியை ஐயர்ன் செய்துகொண்டிருக்கிறாள்

ரத்னவேல்:

அதென்ன கரெக்ட்டா ரெண்டு ரெண்டு குழந்தைங்க நாமிருவர் நமக்கிருவர்னு உங்க பரம்பரை பழக்கத்தை மாத்தியே தீருவேன்.

பானு வெட்கப் பட்டு சிரிக்கிறாள்

ரத்னவேல்:

ஏன் பானு நாம ரெண்டுல்ல மூணு குழந்தைங்க பெத்துக்கறோம். என்னது முகத்துல... சின்னதா... வெட்கமா? வெட்கம்தானே?

ஒரு காலை வேளையில் கார் வண்டிகள் போவதைப் பார்க்கிறோம்.

காட்சி 15: ரத்னவேல் வீடு /இரவு

பானு தனிமையில் இருக்கிறாள்

பானு சோகத்துடன் நிற்பது

பானு ப்ரிட்ஜை திறப்பது

பானு தண்ணி பாட்டிலைத் திறப்பது

பானு தண்ணி குடிப்பது

பானு சோகத்தில் நிற்பது

இப்போது ரத்னவேல் தூங்குவதைப் பார்க்கிறோம்

பானு சோகத்தில் அவன் தூங்குவதைப் பார்த்தபடி நிற்கிறாள்

ரயில் போவது காட்டப்படுகிறது.

காட்சி 16: ரத்னவேல் வீடு /பகல்

பானு நடந்து வருகிறாள்.

தூங்கிக் கொண்டிருக்கும் ரத்னவேலுவை எழுப்புகிறாள்

பானு:

என்னங்க... என்னங்க

ரத்னவேல்:

என்ன பானு

ஐந்து மாதங்களுக்குப் பிறகு என்று திரையில் எழுத்துகள் தோன்றி மறைகின்றன.

பானு:

அப்பா முன்னாடி மூணு குழந்தைங்க பெத்துக்கலாம்னு சொன்னீங்க. ஆனா கல்யாணம் ஆனதிலருந்து தினமும் ராத்திரி ஆகறதுக்கு முன்னாடியே தூங்குறீங்க.

பானு:

வீட்ல விசேஷம் உண்டா உண்டான்னு கேட்குறாங்க. நான் எங்க போயி முட்டிக்கிறது. நீங்க இதுவரைக்கு என்னைக் கட்டிக்கூட பிடிச்சதில்லைன்னு சொன்னா யாராவது நம்புவாங்களா?

பானு. ரத்னவேல் பெட்ரூமில் உட்கார்ந்திருப்பது முன்பு நடந்தது காட்டப்படுகிறது.

பானு, ரத்னவேல் பெட்ரூமில் உட்கார்ந்திருப்பது

இருவரும் படுப்பது

பானு:

ஏங்க நீங்க என்னைப் பிடிச்சுதானே கல்யாணம் பண்ணிக்கிட்டீங்க

ரத்னவேல் பார்ப்பது

பானு:

என்ன உங்க பிரச்சனை

ரத்னவேல் சோகமாய்ப் பார்ப்பது

பானு பார்ப்பது

ரத்னவேல் முகத்தைக் கையால் மூடிப் பார்ப்பது எதுவும் சொல்வதில்லை

காட்சி 17: மருத்துவமனை/பகல்

ரத்னவேல், பானு இருவரும் மருத்துவமனையில் காத்திருக்கிறார்கள்.

ரிசப்ஷனிஸ்ட்:

ஜெயம் கண்ணன் கைனகாலஜிஸ்ட் பிரியா கண்ணன் எம்பரியாலஜிஸ்ட் உங்களுக்கு யாருகிட்ட அப்பாய்ன்மென்ட் வேணும்.

காட்சி 17அ: ரத்னவேல் வீடு /பகல்

ரத்னவேல்:

டாக்டரைப் பாக்கலாமா?

காட்சி 17ஆ: மருத்துவமனை/பகல்

டாக்டர்:

உங்க ரெண்டு பேருக்கும் குழந்தை பொறக்கிறதுக்கு வாய்ப்பே இல்ல.

எக்ஸ்ரே ரிப்போர்ட் காண்பிக்கப்படுகிறது

டாக்டர் பானுவைப் பார்த்துப் பேசுகிறார்

டாக்டர்:

பட் உங்களோட எக் புரொடக்ஷன் யூட்ரஸ் ஃபெலோபியன் டியூப் எல்லாமே நார்மலா இருக்கு, உங்களுக்கு எந்தவிதமான பிரச்சனையுமே இல்ல.

இப்போது ரத்னவேலிடம்

டாக்டர்:

ஆனா சாரோட ஹார்மோன் ரிப்போர்ட் செமன் அனலைசிஸ் எல்லாமே பாத்தா ஐ ஆம் சாரி டூ டெல் யூ உங்களுக்கு விந்து இல்லை.

டாக்டர்:

வழக்கமான ரேஞ்ச் எப்படி இருக்கணும்னா ஒரு 20 மில்லியனுக்கு மேல இருக்கணும்.

டாக்டர்:

உங்களுக்கு சுத்தமா இல்ல, சோ இட்ஸ் டூயல் ப்ராப்ளம். இவரால உங்களுக்கு நார்மல் செக்ஸ் லைஃப்ம் தர முடியாது. குழந்தையும் தர முடியாது. சுவரில் மாட்டியிருக்கும் குழந்தை போட்டோ காண்பிக்கப்படுகிறது

டாக்டர்:

நான் கேட்குறேன்னு தப்பா எடுத்துக்காதீங்க. நீங்க எப்படி இவரை கல்யாணம் பண்ணிக்கிட்டீங்க

ரத்னவேல் பானு இருவரும் டாக்டரைப் பார்ப்பது

டாக்டர்:

உங்களுக்கு இந்த ப்ராப்ளம் இருக்குறது தெரியாதா? இதுக்கு முன்னால டெஸ்ட் எடுத்துப் பார்க்கவே இல்லையா?

ரத்னவேல்:

பானு எனக்கு எப்படிம்மா தெரியும்? தெரிஞ்சிருந்தா உன்னை கல்யாணம் பண்ணிருப்பேனா? சாரி டாக்டர் நீங்க என்ன சொல்றீங்கன்னே புரியல. ஐயோ... கடவுளே பானு... உன்னை இப்படி ஒரு சிக்கல்ல மாட்டிவிட்டனேம்மா

டாக்டர்:

அமைதியா இருங்க பாவம் நீங்க என்ன செய்வீங்க? இதெல்லாம் தெரியாமதானே நடந்திருக்கு. ஹ்ம்ம்.. ஆமா உங்க கூட பொறந்தவங்க எத்தனை பேரு?

ரத்னவேல்: **நான் ஒரே பையன் டாக்டர்**

டாக்டர்:

உங்க அப்பா கூட பிறந்தவங்க

ரத்னவேல்:

அவரும் ஒருத்தர்தான்

டாக்டர்:

ஏன் சார் நீங்க குடிப்பீங்களா?

ரத்னவேல்

என் குலதெய்வம் அய்யம்பேட்டை சட்டநாதர் சத்தியமா சொல்றேன். நான் குடிக்க மாட்டேன்

டாக்டர்:

சார் கேட்குறது உங்களுக்கு ஹெல்ப் பண்றதுக்கு, கொஞ்சம் உணர்ச்சிவசப்படாம பதில் சொல்லுங்க. Let's be clinical about this.

காட்சி 18: விளையாட்டு மைதானம் /பகல்

ஒரு ஹாக்கி மேட்ச் முடிந்த சமயம்போல் தோன்றுகிறது. வெற்றி முழக்கங்களுக்கு நடுவே ரத்னவேலைத் தூக்கி வருகிறார்கள்.

ரத்னவேல் மற்றும் ஆட்டக்காரர்கள் சந்தோஷமாக கப்புடன் வருவதைப் பார்க்கிறோம்.

பானு கண்கலங்கி உட்கார்ந்திருப்பது காட்டப்படுகிறது

ரத்னவேல் மற்றும் ஆட்டக்காரர்கள் கப்புடன் வருவது

பானு கண்கலங்கி உட்கார்ந்திருப்பது

ரத்னவேல் அனைவருடனும் கப்புடன் வருவது

பானு கண்கலங்கி உட்கார்ந்திருப்பது

ரத்னவேல் வருவது, பானு சோகத்தில் இருப்பது

ரத்னவேல் பானுவிற்கு அருகில் வருகிறான்

ரத்னவேல்:

டாக்டர் காலையில சொன்னத கேட்டு அப்செட் ஆகியிருப்ப அதான் கிரவுண்ட் வரைக்கும் வந்திருக்க. நீ இப்ப என்ன வேணா செய்யலாம்மா! கல்யாணத்துக்கு முன்னாடியே இப்படினு தெரிஞ்சிருந்தா உனக்கு பிரச்சனையே வந்திருக்காது. நாளைக்கே வா கோர்ட்டுக்கு போகலாம் விவகாரத்துக்கு அப்ளை பண்ணலாம். மியூச்சுவல் கன்சர்ன் கொடுத்திர்றேன். அதான் நியாயம்! அதான் கரெக்ட்! எனக்காக நீயேம்மா லைஃப் லாங் மலடினு கெட்ட பேரு வாங்கணும்!

பானு அழுகிறாள்

திடீரென்று தரையில் உட்கார்ந்து அவள் கைகளைச் சடாரென்று பிடித்துக்கொண்டு

ரத்னவேல்:

ப்ளீஸ்மா ப்ளீஸ்மா ப்ளீஸ்மா என்ன விட்டு போயிடாதம்மா நீன்னா எனக்கு உயிரும்மா. ப்ளீஸ் யோசிச்சுப் பாரேன். எத்தனையோ பேர் குழந்தை இல்லாம குடும்பம் நடத்தலையா, சந்தோஷமா இல்லையா குழந்தை இல்லேன்னா என்ன

பானு அழுதுகொண்டே போவது

ரத்னவேல் பார்ப்பது

ரத்னவேல்:

பானு... பானு...

காட்சி 19: பேருந்து நிலையம் /பகல்

பேருந்து நிலையம் காண்பிக்கப்படுகிறது

ரத்னவேல் ஒரு பஸ்ஸுக்குள் பழக்கூடையுடன் வருவது

பானு பேருந்தில் அமர்ந்திருக்கிறாள்

அவளுக்கருகே வந்து பழக்கூடையைத் தந்துவிட்டு

ரத்னவேல்:

வருத்தப்படலாம் என்னால வேற என்ன பண்ண முடியும். ஒருத்தருக்கு ஒருத்தர் விட்டுக்கொடுத்து வாழ முடியாதா. பழமுதிர் சோலையிலிருந்து வாங்கிட்டு வந்தேன் மாமாகிட்ட கொடுத்திரு. பஸ்க்கு பணம் இருக்குல. பார்த்து ஜாக்கிரதையா போயிட்டு வரேம்மா! நான் வர்றேன்.

காட்சி 20: காஞ்சிபுரம் சாலை /பகல்

பானு சைக்கிள் ரிக்ஷாவில் வருவது

காட்சி 21: பானு வீடு /பகல்

பானு சோகமாக ஊஞ்சல் ஆடுகிறாள்

காட்சி 22: பானு வீடு /பகல்

பானு சோகமாக கட்டிலில் அமர்ந்திருக்கிறாள்

அண்ணன்:

என்ன பானு நீ ஒரு ராக்கெட் வானத்தில விடுறதுக்கு முன்னாடி பல வருஷங்கள் அந்த ப்ராஜக்ட்ல ஓர்க் பண்ணுவாங்க. சேட்லைட்டும் அந்த மாதிரிதான். நிறைய பேர். நிறைய டைம் ஸ்பென் பண்ணி பயங்கரமா ப்ளான் பண்ணி ரிசர்ஸ் பண்ணி அனுப்புவாங்க.

அம்மா கண்கலங்குவது

அண்ணன்:

இவ்வளவு ப்ளான் பண்ணியும் அந்த ராக்கெட்ட வானத்தில் விட்ட அப்புறமும் ப்ராப்ளம்ஸ் வரலாம், அத கரெக்ட் பண்ணுவாங்க. அதுவே அப்படின்னா கல்யாணம்னா

அப்பா பூஜை செய்வது

அண்ணன்:

என்னதான் விசாரிச்சு பண்ணாலும் பிரச்சினைகள் வரும். வந்தா சரி பண்ணணும் சும்மா இப்படி அப்செட் ஆகி உட்காந்திரக்கூடாதும்மா

அம்மா கண்கலங்குவது

அண்ணன்:

சென்னையில வேணாம் இங்கே காஞ்சிபுரம் கோர்ட்லயே அப்ளை பண்ணிரலாம்

பானு:

விவாகரத்தா?

பானுவின் அம்மா அழுவது

பானு பார்ப்பது

அப்பா சாமி கும்பிடுவது

காட்சி 23: ரத்னவேல் வீடு /பகல்

ரத்னவேல் பைக்கில் வருவது

ரத்னவேல் பைக்கை நிறுத்திட்டு

ரத்னவேல்:

வாங்க மாமா, எப்ப வந்தீங்க. ரொம்ப நேரமாச்சோ. எனக்கு ஒரு போன் பண்ணிருக்கக் கூடாது உள்ள வாங்க

ரத்னவேல் பூட்டைத் திறப்பது.

அப்பா:

உங்களுக்கு குழந்தை பொறக்காதுங்கிறதே பெரிய ஷாக் மாப்பிள்ளை, அவளுக்கு... குழந்தை பெத்துக்குறதே கேரிர் அது இதுனு சொல்லி தள்ளிப் போடற இந்தக் காலத்தில

குழந்தைய பாத்துக்கணுங்கிறதுக்காகவே வேலைக்குப் போகமாட்டேன்னு சொன்னவ என் பொண்ணு. யாருக்காவது க்ரீடிங்ஸ் அனுப்பணும்னா கூட குழந்தைப் படம்தான் அனுப்புவா கொஞ்சம் அவ ஆங்கிள்லேருந்து நீங்க யோசன பண்ணிப் பார்க்கணும்.

ரத்னவேல்:

தெரிஞ்சு செய்யல. அத நீங்க புரிஞ்சுகிட்டா போதும். ஆக்சுவலா பதில் பேசுற யோகித எனக்கு

அப்பா:

நான் கூட உன் புருஷன விட்டுட்டு எங்களோடையே வந்துடுன்னே என் பையன் விவாகரத்தே பண்ணிடுனான். ஆனா பானு ஒத்துக்கல. என்ன சொன்னா தெரியுமா.

பானு சோகமாக ஜன்னலின் ஓரமாக நிற்கிறாள்

அப்பா:

எனக்கு அந்த மாதிரி ஒரு குறை இருந்து அவர் என்ன விவாகரத்து பண்ணினா உங்களுக்கு எப்படியிருக்கும்னு கேட்டா.

ரத்னவேல்:

பானு ... தேங்க்ஸ்மா. இந்த மாதிரி ஒரு ஒய்ஃப் கிடைச்சது என் அதிர்ஷ்டம்

அப்பா:

ஒரு நிமிஷம் மாப்பிள... மறுபடியும் அவ உங்ககூட சேர்ந்து வாழணும்னா எங்க சைட்லிருந்து ஒரு கன்டிஷன் இருக்கு.

காட்சி 24: குழந்தைகள் நலக் காப்பகம்/பகல்

பானு சிரிப்பது

குழந்தைகள் சிரிப்பது

குழந்தைகள் சிரிப்பது

பானு இருவரும் வருவது

குழந்தைகள் சிரிப்பது

பானு ரத்னவேலை பார்த்து

பானு:

தேங்க்ஸ்ங்க

காட்சி 25: பானு வீடு/பகல்

குழந்தையைத் தத்தெடுத்து பானு அனைவரும் கொஞ்சுவது

பானுவின் அப்பா ரத்னவேலிடம்

அப்பா:

மாப்ள பானு முகத்த பாத்தீங்களா குழந்தைய தத்தெடுத்துக் கொண்டு வந்ததிலிருந்து சதா சிரிச்சுக்கிட்டே இருக்கா... அவ அம்மாகிட்ட சொல்லி முதல்ல சுத்திப் போடச் சொல்லணும். உங்க கண்ணே பட்ரும் போலிருக்கே.

ரத்னவேல்:

ஏன் உங்க கண்ணு படாதா?

காட்சி 26: ரவிச்சந்திரன் அலுவலகம் /பகல்

ரவிச்சந்திரன் நண்பனுடன் பேசுவது

ரவிச்சந்திரன்:

சார் என்ன வளர்க்கலாம். Doberman, dabrador, Dashound, German, Shepherd, Basehound, dhasaapso, Rhodesian-Ridgeback நீ தான் நாய் வளர்க்கிறதுல்ல எக்ஸ்பர்ட் ஆச்சே.

பிரேம்:

உனக்கு நான் நாய் வளர்க்கிறது தான் தெரியும். ஆனா நான் பட்ட கஷ்டம் தெரியுமா? இப்படித்தான் ஒரு வாட்டி அத ஸ்டைலா பந்தாவா வாக்கிங் கூட்டிட்டு போயிருந்தேன்.

(Flashback)

காட்சி 26அ: சாலை /பகல்

பிரேம் தன் நாயுடன் நடைப்பயணம் செல்கிறான்

இன்கம்டாக்ஸ் ஆபீசர்

இந்த நாய்...

பிரேம்:

ஆமாங்க... இது நாய் தான். நான் என்ன பூனைன்னா சொன்னேன்.

இன்கம்டாக்ஸ் ஆபீசர்:

நக்கலா? அதில்ல...

பிரேம்:

எது இல்ல? வால் இல்லையா கால் இல்லையா? இல்ல கடிக்கறதுக்கு வாய் இல்லையா? நீங்க வேணும்னா கை வச்சுப் பாருங்க நல்லா கடிக்கும்.

இன்கம்டாக்ஸ் ஆபீசர்:

அய்யோ அதில்ல சார்... நாய் நல்லா கொழுகொழுன்னு இருக்கே அதுக்கு சாப்பிடறதுக்கு என்ன கொடுக்கறீங்கனு கேக்க வந்தேன்.

பிரேம்:

வெளிநாட்டுல இருந்து கோழி வரவச்சு அத நானே வளர்த்து, அத நானே கட் பண்ணி...

இன்கம்டேக்ஸ் ஆபீசர்:

போடுவீங்களா?

பிரேம்:

அப்படியே வா... இல்ல இல்ல அந்தக் கறியோட இந்த பாதாம்

பருப்பு ஒரு, ஒரு கிலோ, இந்த பிஸ்தா பருப்பு ஒரு கிலோ, அப்புறம் இந்த டால்டா, நெய், எண்ணெய்.

இன்கம்டாக்ஸ் ஆபீசர்:

எல்லாத்திலேயும் நூறு நூறு கிராமா?

பிரேம்:

உங்களுக்கு சமையலே தெரியாதா? எல்லாம் ஒரு ஒரு கிலோ அப்படியே எல்லாத்தையும் மிக்ஸ் பண்ணி ஒரு புது வெரைட்டியில அதுக்குக் கொடுப்பேன்.

இன்கம்டாக்ஸ் ஆபீசர்:

நாய்க்கு மட்டுமே ஒரு நாளைக்கு ஐந்நூறுவா செலவு பண்ணுறீங்க.

பிரேம்:

ஐந்நூறா? மிச்சமெல்லாம் எங்க போறது? ஒரு நாளைக்கு இரண்டாயிரம் ரூபா ஆகுது.

இன்கம்டேக்ஸ் ஆபீசர்:

ஒரு நாளைக்கு இரண்டாயிரம் ரூபானா ஒரு மாசத்துக்கு

பிரேம்:

60,000 ரூபா

இன்கம்டாக்ஸ் ஆபீசர்:

இன்கம்டாக்ஸ்லாம் ஒழுங்கா கட்றீங்களா?

பிரேம்:

சார்... நீங்க?

இன்கம்டாக்ஸ் ஆபீசர்:

இன்கம்டேக்ஸ் ஆபீசர். இன்னும் ஒரு வாரத்துல உன் வீட்டுக்கு வரேன்.

பிரேம்:

எதுக்கு சார்... சம்பந்தம் பேசவா?

இன்கம்டாக்ஸ் ஆபீசர்:

மூஞ்சியப்பாரு... இன்கம்டாக்ஸ் ரெய்டுக்கு வரேன்... போ

பிரேம்:

சும்மா ஒரு பந்தாக்கு சொன்னா இப்படி ஆயிபோச்சே. என்ன கொடுமை சார் இது.

காட்சி 26ஆ: சாலை /பகல்

பிரேம் தன் நாயுடன் நடைப்பயணம் செல்கிறான்

ப்ளூக்ராஸ் ஆபிசர்:

நாய் கொழுகொழுனு இருக்கே என்ன வச்சீங்க

பிரேம்:

ஜிம்மினு பேரு வச்சேன்.

ப்ளூக்ராஸ் ஆபிசர்:

தமாசு... சாப்பிட என்ன வச்சிங்கன்னு கேட்டேன்.

பிரேம் சற்று யோசித்தபடி

பிரேம்:

ஏற்கனவே ஒருத்தன்கிட்ட பந்தாவா பேசி ஏடாகூடமா மாட்டிக்கிட்டோம். இவர்கிட்ட கொஞ்சம் ஜாக்கிரதையாதான் பேசணும்.

ப்ளூக்ராஸ் ஆபிசர்:

ஏதோ மைன்ட் வாய்ஸ் கேட்ட மாதிரி தெரியுது... வாய் திறந்து சொல்லுங்க... நாய்க்கு சாப்பிட என்ன வைப்பிங்க

பிரேம்:

நான் எதுவும் வைக்க மாட்டேன்.

ப்ளூக்ராஸ் ஆபிசர்:

எதுவும் வைக்க மாட்டீங்களா நீங்க எதுவும் கொடுக்காம

நாய் எப்படி உயிர் வாழுது

பிரேம்:

அது அக்கம்பக்கத்துல யாராவது பாவப்பட்டு ஏதாவது கொடுப்பாங்க. அது சாப்பிட்டு வீட்டுக்கு வந்திடும் நான் கட்டி மட்டும் போட்டிருவேன்

ப்ளூக்ராஸ் ஆபிசர்:

சோ... ஒரு வாயில்லா ஜீவன, சோறு போடாம கொடுமைப் படுத்திருக்கீங்க உங்க பேர்ல ஏன் சார் நடவடிக்கை எடுக்கக் கூடாது.

பிரேம்:

சார் நீங்க?

ப்ளூக்ராஸ் ஆபிசர்:

செகரட்டரி ப்ளூ க்ராஸ்ல

பிரேம் பார்ப்பது

ப்ளூக்ராஸ் ஆபிசர்:

மிருகவதைத் தடுப்புச் சட்டத்தின் கீழ உங்க பேர்ல நடவடிக்கை எடுக்கப் போறேன்.

ப்ளூக்ராஸ் ஆபிசர்:

கவலைப்படாத செல்லம்... உன்னைக் காப்பாத்த நான் இருக்கேன்

பிரேம்:

சோறு போட்டாலும் கேஸ் போடறாங்க. சோறு போடலனாலும் கேஸ் போடறாங்க. ஆஹா இவன் கேள்வி கேக்கறதுக்கு முன்னாடி நம்மளே சொல்லிடுவோம்.

பிரேம்:

இங்க பாருங்க இது என் நாய் தான் இது சோறு போடறதில்ல பட்டினியும் போடறதில்ல, தினம் காலையில எழுந்தவுடனே கைல நூறு ரூபா கொடுத்திடுவேன். அது எங்கேயாவது ஹோட்டல்ல போய் சாப்பிட்டு வீட்டுக்கு வந்து பில்ல

கொடுத்திடும்

சாலையில் செல்லும் காதுகேளாத ஒருவரிடம் பிரேம் பேசுவது

காதுகேளாதவர்:

ம்...

பிரேம்:

நல்ல நாய்ங்க நான் பேசுறது புரியுதா உங்களுக்கு

காது கேளாதவர் சைகை செய்வது

பிரேம் பார்ப்பது

காட்சி 26இ: ரவிச்சந்திரன் அலுவலகம் /பகல்

ரவிச்சந்திரன்:

டேய் டேய் டேய் நீ நாயால கெடல உன் வாயால கெட்ட

காட்சி 27: பேருந்து /பகல்

பானு பேருந்தில் குழந்தையைக் கொஞ்சுவது

பானு:

pxp... என் செல்ல கண்ணம்மா...

காட்சி 28: பானு வீடு /பகல்

அம்மா சமையலுக்குத் தேவையான பொருள்களை வாங்கி வருகிறாள்

அம்மா:

பானு குக்கர்ல மூணு தடவ சத்தம் வந்தது பாரு ஆஃப் பண்ணிடு.

பானு:

சரிம்மா... என் செல்ல சித்திரக்குட்டிக்கு பசிக்குதா, இதோ அம்மா மம்மம் ரெடி பண்ணிடறேன்.

(மூன்று மாதங்களுக்குப் பிறகு)

பானு குழந்தையைத் தூக்கிக்கொண்டு ரத்னவேலிடம் செல்கிறாள்

பானு:

ஏங்க ஒரு நிமிஷம் குழந்தைய பிடிங்க

அம்மா:

பானு டேங்க் நிரம்பி வழியுது பாரு மோட்டர ஆஃப் பண்ணலாம்ல என்ன பண்ணிட்டுருக்க

பானு:

குழந்தைக்கு சாதம் பிசைஞ்சிட்டு இருக்கேன்மா

பானு:

என்னங்க என்னாச்சு குழந்தை ஆய் போயிட்டாளா?

குழந்தையைப் பார்த்து:

சுத்தமா தானே இருக்கு அப்புறம் ஏன் குழந்தைய இப்படி புடுச்சிட்டிருக்கிங்க கொடுங்க, வேணான்டி செல்லம் கோபமா? நாம அப்பா பேச்சு கா விட்ரலாம். அப்பா உன்னைத் தள்ளி புடுச்சிட்டிருந்தாரா. நீ அவர் மேல ஆய் போயிட்டியாக்கும் நெனைச்சேன்டா அது ஒண்ணுமில்லடா ராஜாத்தி அப்பா முன்ன பின்ன குழந்தைகளைத் தூக்கினதில்லையா... அதான்...

காட்சி 29: சாலை /பகல்

ரத்னவேல் வண்டியில் வருகிறான்.

சிறுவர்கள்:

அண்ணா அண்ணா... ப்ளீஸ்ண்ணா ஸ்டாப்ண்ணா அண்ணா அண்ணா நில்லுனா அண்ணா...

ரத்னவேல் வண்டியை நிறுத்துவது

ரத்னவேலிடம் சிறுவர்கள் பேசுவது

சிறுவர்கள் மேலே பார்ப்பது

ரத்னவேல் மேலே ஏறுவது

ரத்னவேல் பட்டத்தை எடுப்பது சிறுவர்கள் சந்தோஷமாக

சிறுவர்கள்:

ஏ... ஏ...

ரத்னவேல் வண்டியை நிறுத்தித் திரும்பிப் பார்ப்பது

மின் கம்பம் தெரிவது

ரத்னவேல் மின் கம்பத்தில் ஏறிச் சுத்திப் பார்ப்பது

ரத்னவேல் மின் கம்பத்திலிருந்து விழுவது

காட்சி 30: பானு வீடு /இரவு

அண்ணன்:

உங்க மாப்ள தவறி லேம்ப் போஸ்ட்லிருந்து விழுந்துட்டாருனு தானே நீங்க எல்லாம் நினைச்சுட்டிருக்கீங்க அதுதான் இல்லை. தானே ப்ளான் பண்ணிக் குதிச்சிருக்காரு

பானு பார்க்கிறாள்

அண்ணன்:

நானே வேணும்னு குதிச்சன்னு டாக்டர்கிட்ட அவரே சொல்லிருக்காரு

அம்மா:

ஏன் அப்படிப் பண்ணாரு?

அண்ணன்:

சும்மா மிரட்டிப் பார்க்கிறாரு நிஜமாவே தற்கொலை பண்ணிக்கிறவன் 15 அடி கம்பத்திலிருந்தா குதிப்பான்.

பானு பார்ப்பது

அண்ணன்

ரத்னவேல் சாரு எல்லாம் ஒரு காரணத்தோடு தான் குதிச்சிருக்காரு

அப்பா:

என்ன காரணம்?

அண்ணன்:

இந்தக் குழந்தைய தத்தெடுத்தது அவருக்கு புடிக்கலையாம் திருப்பிக்கொடுத்திடணுமா, ஏன்னா தனக்கும் குழந்தை பிறக்காது தத்தெடுத்த குழந்தையும் ஏத்துக்க மாட்டாராம். அதுவும் பானு அந்தக் குழந்தையோட இருக்கக் கூடாதுன்னு சொல்றதெல்லாம் நிஜமாவே கொஞ்சம் ஓவர். இதுக்காக ட்ராமா பண்ணி, குதிச்சு சே...

அப்பா:

டேய் மெதுவா பேசுடா என்ன இருந்தாலும் நம்ம வீட்டு மாப்பிளை, அவர் காதுல விழப்போவது

அண்ணன்:

விழட்டும் வந்து என்ன பண்ணுவாரு ஒத்த கால்லே வந்து சண்ட போடுவாரா

பானு பார்க்கிறாள்:

ரத்னவேல் ஆஸ்பத்திரியில் சாப்பிட்டுக் கொண்டிருப்பது

அண்ணன்:

அப்பா... ஹி இஸ் நாட் எ நார்மல் பெர்சன். சைக்காலஜிகல் ப்ராப்ளம்ஸ் இருக்கு.

காட்சி 31: ஆம்புலன்ஸ்/பகல்

ஆம்புலன்ஸில் பானுவும் ரத்னவேலும் செல்கிறார்கள்

பானு:

குழந்தையோட முகத்த பாருங்க. இதோட எப்படியாவது அட்ஜஸ்ட் பண்ணிக்கிட்டு இருக்க முடியாதா.

ரத்னவேல்:

முடியலம்மா. கஷ்டமாயிருக்கு இந்தக் குழந்தைய பார்த்தா ஆசையே வரல்ல, ஆத்திரம். இத அப்படியே வானத்துல தூக்கி வீசிடற மாதிரி. அத புடிச்சு மொட்டை மாடியிலிருந்து கீழ தள்ளறா மாதிரி. இப்படி ஏதாவது கற்பனை பண்ணிக்கிட்டா தான் என் ஆத்திரம் அடங்குது

ஆம்புலன்ஸ் போய்க் கொண்டிருப்பது

ரத்னவேல்:

இந்தக் கற்பனை எல்லாம் எதுக்குத் தெரியுமா, அந்தக் குழந்தை என் குறைய ஞாபகப்படுத்துதுமா அது எவனோ பெத்தததுதானே

பானு அழுகிறாள்

ரத்னவேல்:

அவனால முடியும். என்னால முடியாது. உலகத்தில் எல்லாராலேயும் முடியும். ஆனா என்னால் முடியாது.

பானு அழுகிறாள்

ரத்னவேல்:

இந்த மாதிரி தாட்ஸ்தான் இந்த குழந்தைய பார்க்கும்போது

என் மனசுல ஓடுது.

ரத்னவேல் கீழே விழுவது

ரத்னவேல்:

அதான் குதிச்சேன். உண்மைய சொல்லட்டுமா தற்கொலை பண்ணிக்கிற தைரியம் எனக்கில்ல. அதே சமயம் என்னால இந்தக் குழந்தையோட அட்ஜஸ் பண்ணிட்டும் இருக்க முடியலம்மா.

பானு:

அட்ஜஸ்ட் பண்ண முடியலைனா, அப்ப தத்தெடுத்த இந்த குழந்தைய என்ன பண்றது.

ரத்னவேல்:

அது என் வாயால எப்படிச் சொல்றது குழந்தைய திருப்பிக் கொடுத்திறலாம்.

குழந்தையை ஒருவர் மாற்றி ஒருவர் வாங்கிக்கொள்கிறார்கள்.

ரத்னவேல்:

எங்க எடுத்தமோ அங்கேயே திட்டுவாங்களா? நான் வாங்கிக்கிறேன். அவங்க என்ன தண்டனை கொடுத்தாலும் நான் ஏத்துக்கறேன் .

பானு அழுகிறாள்

ரத்னவேல்:

அழாத பானு. ப்ளீஸ் நீ எப்பவும் ஹேப்பியா இருக்கணும்

ரத்னவேல்:

சின்னப் பசங்க பட்டாம்பூச்சி பிடுச்சு பாக்ஸ்ல அடைச்சு வைப்பாங்களே அந்த மாதிரி நான் உன்னை அடைச்சு வைக்கணும்னு நினைச்சா முடியுமா?

ரத்னவேல்:

என் குறை தெரிஞ்ச உடனேயே நீ போயிருக்கணும், இப்ப குழந்தையும் ஏத்துக்க மாட்டேங்கிறனா. என்ன பண்ணுவ நீ. நான் தான் தப்பு, ஒண்ணு குழந்தைய திருப்பிக் கொடுத்திரு

இல்லே என்ன விவாகரத்து பண்ணிடு.

பானு கண்கலங்கி பார்க்கிறாள்

ரத்னவேல்:

ரெண்டுல நீ எந்த முடிவு எடுத்தாலும் எனக்கு சம்மதம் பானு நீட்டின பேப்பர்ல நான் கையெழுத்துப் போடறேன்மா ம்யூச்சுவல் கன்சென்ட் விவாகரத்து உங்க வீட்டுலயும் அதானே சொல்றாங்க

பானு கண்கலங்கிப் பார்ப்பது

ரத்னவேல்:

என்ன விவாகரத்து பண்ணிட்டா எனக்கு தப்பு பண்ணிட்டோமோ உனக்குள்ள ஒரு குற்ற உணர்ச்சி லைஃப் லாங் இருக்குமில்ல... அந்தக் கவலை தான் எனக்கு.,

பானு ரத்னவேலைப் பார்ப்பது

காட்சி 32: குழந்தைகள் நலக்காப்பகம் /பகல்

ஹெட்:

உங்களுக்கெல்லாம் மனசாட்சி இருக்கா சார் சே... மனுஷங்களா நீங்கள்ளாம்...

(inter cut)

காட்சி 32அ: கார் /பகல்

ரத்னவேல், ராமச்சந்திரன், பானு அப்பா அம்மா காரில் குழந்தைகள்நலக் காப்பகத்திற்குச் செல்கிறார்கள்.

ரத்னவேல்:

என்ன சார் எங்கூட பேச மாட்டேன்றீங்க?

அண்ணன்:

பேச பிடிக்கலை சார்

ரத்னவேல்:

ஏன்

அண்ணன்:

என் சிஸ்டர் வேணா பண்ணாம இருக்கலாம் ஆனா நான் உங்களை டைவர்ஸ் பண்ணிட்டேன்.

ரத்னவேல் பார்ப்பது

காட்சி 32ஆ: குழந்தைகள் நலக்காப்பகம் /பகல்

ரத்னவேல், ராமச்சந்திரன். பானு அப்பா அம்மா அனைவரும் அமர்ந்திருக்கின்றனர்

ஹெட்:

மிஸ்டர் ரத்னவேல் எங்க உங்க ஒய்ஃப்? தத்தெடுக்கும் போது வந்தாங்க. குழந்தைய திருப்பி கொடுக்கும் போது காணோம். என் சர்வீஸ்ல தத்தெடுத்த குழந்தைய வேண்டான்னு திருப்பிக் கொடுத்த முதல் பேரன்ட்ஸ் நீங்கதான்

ரத்னவேல் பார்ப்பது

ஹெட்:

அந்த ரூம். அங்க இன்சார்ஜ் இருப்பாங்க குழந்தைய குடுத்துட்டு போங்க.

அனைவரும் அமைதியாக இருக்கிறார்கள்

காட்சி 33: பானு வீடு /இரவு

பானு தனிமையில் அமர்ந்து குழந்தை பிரிந்த துக்கத்தினால் அழுகிறாள்

(பேசுகிறேன் பேசுகிறேன் பாடல்)

அண்ணன்:

பானு... பானு....

பானு:

தாங்க முடியலைடா குழந்தைய திருப்பிக் கொடுத்தது ரொம்ப கஷ்டமா இருக்கு. எப்படியெல்லாம் அழகா சிரிக்கும் அது

அண்ணன்:

அந்த வார்டன் நம்மல திட்டும் போது அப்படியே அவனை ஒரு அரை அறையலாம் போல இருந்தது. பானு ஏன் அவனை டைவர்ஸ் பண்ண மாட்டேங்கிற

பானு:

அவர் இதுவரைக்கும் நம்மகிட்ட எதையாவது மறைச்சிருக்காரா? எவ்வளவு வெளிப்படையா இருக்காரு. அவரு இவ்வளவு நேர்மையா இருக்குறதுனாலதான் அவரைவிட்டு வர முடியலை என்னால அவர விவாகரத்து பண்ண முடியாது.

ரத்னவேல் நீச்சல் குளத்தில் குளிப்பது

பானு பள்ளிக்கு ஆசிரியராகச் செல்வது

பானு:

சரியா ஆடக்கூடாதா? ஆடுங்க.

ரத்னவேல்:

பானு ஒரு நிமிஷம் அவசியம் நீ வேலைக்குப் போகணுமா?

பானு:

மறுபடி ஆரம்பிக்காதீங்க ப்ளீஸ் குழந்தையைத் திருப்பிக் கொடுத்ததே என்னால தாங்க முடியலை. நான் வீட்லேயிருந்தா எனக்கு பைத்தியம் பிடிச்சிடும் பரவாயில்லையா?

மழை பெய்கிறது பானு குடையில் செல்கிறாள்

பி.டி.மாஸ்டர்:

பானு மேடம் ஒரு நிமிஷம் பஸ் ஸ்டாண்ட் வரைக்கும் வரலாங்களா?

பானு:

சின்ன குடை

இருவரும் ஒரே குடையில் நடந்து வருகிறார்கள்.

பி.டி.மாஸ்டர்:

சாரி டிஸ்டர்ப் பண்ணிட்டனா வேலைக்குச் சேர்ந்த ரெண்டு மாசத்துல இன்னைக்கு தான் எங்கிட்ட சேர்ந்தாப்ல ரெண்டு வார்த்தை பேசிருக்கீங்க. சின்னக் குடைன்னு

காட்சி 34: ரத்னவேல் வீடு/ இரவு

ரத்னவேல் மழையில் நனைந்துகொண்டே பைக்கில் வருகிறான்

வீட்டினுள் வந்து ஜர்க்கினை கழட்டி பானுவிடம் தருகிறான்

ரத்னவேல்:

பானு

பானு:

என்ன

ரத்னவேல்:

வேலைக்குப் போயிருந்தியே எப்படி இருந்தது?

பானு:

ம்...

ரத்னவேல்:

இப்பெல்லாம் உனக்கு வேலைக்குப் போறது ரொம்ப பிடிச்சிருக்குல்ல. சந்தோஷமா இருக்கியா இப்போ

பானு:

ம்...

ரத்னவேல்:

அது அதான் முக்கியம். டெய்லி கலர் கலரா புடவை கட்ற போலிருக்கு. குடைக்கு மேட்சிங்கா. நைட்டி புதுசா? 5 மினிட்ஸ் டைம் கொடு உங்கிட்ட ஒரு முக்கியமான விஷயம் பேசணும்.

பானு கிச்சனில் சமைத்துக்கொண்டிருக்க போன் ரிங் ஆகிறது.

பானு பார்ப்பது

ஏஏ குரூப் லீடர்:

ரத்னவேல் வீடுங்களா?

பானு:

ஆமாம்

ஏஏ குரூப் லீடர்:

அவர் இருக்காரா?

பானு:

குளிச்சிட்டுருக்காரு

ஏஏ குரூப் லீடர்:

நீங்க

பானு:

நான் பானுங்க அவரோட ஒய்ஃப்

ஏஏ குரூப் லீடர்:

ஓ... வணக்கம்மா என் பேரு வின்சென்ட் செல்வக்குமார்.

நீங்க ஃப்ரீயா இருந்தீங்கன்னா உங்ககிட்ட ஒரு விஷயம் கேட்கலாமா?

பானு:

என்கிட்டயா

ஏஏ குரூப் லீடர்:

ஆமாம்

பானு:

என்ன கேட்கணும்

ஏஏ குரூப் லீடர்:

இல்ல ரத்னவேலுவ பத்தி

பானு:

வேணாங்க நீங்க ஒரு 5 நிமிஷம் கழிச்சு போன் பண்ணுங்க அவர்கிட்டயே பேசிக்குங்க

ஏஏ குரூப் லீடர்:

ஹலோ ஹலோ போன வச்சிராதீங்க. நான் அவர பத்தி விசாரிக் கணும்... அவருக்குத் தெரியாம. எல்லாம் உன் நன்மைக்குதாம்மா

பானு:

புரியல.

ஏஏ குரூப் லீடர்:

ரயில்வேல்தானே ஓர்க் பண்றாரு

பானு:

ம்...

ஏஏ குரூப் லீடர்:

ரத்னவேல் வேலைக்கெல்லாம் ஒழுங்கா போறாரு இல்லீங்களா

பானு:

ஏன் கேட்குறீங்க

ஏஏ குரூப் லீடர்:

அவரால உங்களுக்கு எதுவும் தொந்தரவு இல்லீங்களே? ஆபீஸ் வேலை நேரம் போக வீட்லதானே இருக்காரு?

பானு:

ஒண்ணுமே புரியலை சார்

ஏஏ குரூப் லீடர்:

இல்லை எங்க மெம்பர்ஸ் பத்தி ரெகுலர் இன்டர்வெல்ஸ்ல இப்படி செக் பண்றது வழக்கம். ஒரு 6 மாசமா அவர் எங்க மீட்டிங்ஸ்க்கெல்லாம் வர்றதில்ல

பானு:

உங்களது என்ன மீட்டிங்

ஏஏ குரூப் லீடர்:

எங்க ஏஏல ரத்னவேல் ஒரு மெம்பர்

பானு:

ஏஏவா? அப்படின்னா

ஏஏ குரூப் லீடர்:

ம்... ஏஏன்னா? ஆல்ஹகாலிக் அனானிமஸ் இந்தக் குடிபழக்கம் அதிகமாகி அது வியாதியா முத்திப் போனவங்களுக்கு அதிலிருந்து மீள்றதுக்கு ஹெல்ப் பண்ற அமைப்பு. எங்க ஏஏல மெம்பர்ஸ்லாம் சேர்ந்து வாரத்துக்கு ஒருதடவை மீட்டிங் போடுவோம். சில மெம்பர்ஸ் தொடர்ந்து மீட்டிங்க்கு வரலைன்னா குடிபழக்கத்துக்கு திரும்பவும் போயிட்டாங்களோன்னு சின்ன சந்தேகம். அதுனால ரெகுலர் இன்டர்வெல்ஸ்ல இப்படி அடிக்கடி போன் பண்ணி செக் பண்ணிப்போம்

பானு யோசித்தபடி போனை மாற்றுகிறாள்

ஏஏ குரூப் லீடர்:

ரத்னவேல் கொஞ்ச நாளா எங்க மீட்டிங்க்கு வரலை அவர்... அவர் திரும்பவும் குடிக்க ஆரம்பிச்சிட்டாரோன்னு எங்களுக்குக் கொஞ்சம்...

பானு:

அவர் குடிப்பாரா!

ஏஏ குரூப் லீடர்:

என்னங்க இப்படிக் கேட்குறீங்க அவர் குடிப்பார்னு உங்களுக்குத் தெரியாதா?

பானு ஆச்சர்யத்துடன் பார்ப்பது

ஏஏ குரூப் லீடர்:

அந்தப் பழக்கத்துனால அவருக்கு வந்த பிரச்சனையெல்லாம் உங்ககிட்ட டிஸ்கஸ் பண்ணவே இல்லையா?

பானு போனில் கேட்பது

ஏஏ குரூப் லீடர்:

எல்லா உண்மைகளையும் சொல்லிட்டுதான் கல்யாணம் பண்ணிக்கிட்டேன்னு சொன்னாரே என்கிட்டே

பானு (VO)

என்ன உண்மை சார்

பானு ஷாக் ஆகி நிற்பது

வெளியில் மழை பெய்வது

பானு போனை கீழே போடுவது

பானு கலக்கத்துடன் நிற்பது

மழை நின்று போவது

ரத்னவேல் தலையைத் துவட்டிக்கொண்டு நடந்து வருவது

ரத்னவேல்:

ஸ்கூல்ல இருந்து பாவம் நீ நனைஞ்சுக்கிட்டா வந்த..? இல்லியே

ரத்னவேல் உள்ளே சென்று குடையை எடுத்து வருகிறான்

ரத்னவேல்:

இதுலதானே வந்த சின்ன குடை ஒருத்தர் மட்டும் போறதுக்காக மேனுஃபேக்சரிங் பண்ணிருக்காங்க. சில சமயம் ரெண்டு பேரு போற மாதிரி ஆயிடுது. அவன் பி.டி.மாஸ்டர் வேற ஆளைப் பாத்தாலே தெரியுதே. பத்துப் பிள்ளை பெத்துக்குவான்னு. குடைல ஆரம்பிச்ச தொடர்பு கள்ளத் தொடர்பாகி கடைசில என்ன மாதிரி ஹஸ்பென்ட்க்கு டார்ச்சரா போயி முடியலாம். ஆமாம் ஒரே குடைல வந்தாரே உங்க அந்த பி.டி.மாஸ்டர்... அவர் கை உன் மேலபட்டதா? இங்க வா

ரத்னவேல் பானுவை கைபிடித்து இழுத்து வருகிறான்

ரத்னவேல்:

ஏய் பாத்து விழுந்திராத... இப்ப என்ன நடந்ததுன்னு நடிச்சுக் காட்றியா? இதான் ஸ்கூல்... நீ யாரு பானு டீச்சர். இப்ப என்ன

நடக்குதுன்னா ஸ்கூல் விடுது மழை பெய்யுது. நீ வெளில வர்ற பிடி... நான் யாரு... நான்தான் பி.டி.மாஸ்டர்.

குடையைக் கொடுத்து பிரி என்பது... குடையில் தண்ணீர் ஊற்று கிறான்.

ரத்னவேல்:

நட... கை படுதா? படுதே! கை படலேன்னு பொய் சொல்றியா?

மழை பெய்வது

பானு அலறுவது

ரத்னவேல்:

ஏய் நில்லுடி நில்லுடி திருட்டுக் கழுதை பொய்... பொய் சொல்ற ஆம்பளை சுகமா கேட்குது.

ரத்னவேல்:

ஏன்டி கழுதை எங்க ஓடுற நில்லுடி பொய் பேசுற அடிக்காம என்ன கொஞ்சுவாங்களா...

பானு:

உங்களுக்கு வெட்கமா இல்லையா?

ரத்னவேல்:

பொய் பேசிறியா

பானு:

நான் பொய் பேசுறனா? நீங்க பேசுறீங்களா? எனக்கு ஆக்சிடென்ட் ஆச்சா? எனக்கு குழந்தை பொறக்காதா எல்லா பொய்யும் நீங்க சொல்லிட்டு என்னைப் பொய் பேசுறேன்னு சொல்றீங்களே என்னை விடுங்க

மழை பெய்து முடிப்பது

பானு படுத்து அழுவது காலிங்பெல் அடிப்பது

ரத்னவேல் பார்ப்பது

பானு படுத்து அழுவது

காலிங் பெல் சத்தம் கேட்பது

பானு தலையைத் தூக்கிப் பார்ப்பது. கதவு தட்டப்படுவது.

ஏஏ குரூப் லீடர் தன் நண்பர்களுடன் காரில் வருகிறார்

பானுவிற்கு ஆறுதல் சொல்கிறார்

ஏஏ குரூப் லீடர்

எல்லாம் சரியாயிடும் போய் வண்டில ஏறுங்க போம்மா

(டிஷால்வ்)

காட்சி 35: பானு வீடு /பகல்

பானுவை அவள் வீட்டிற்குக் கொண்டுவந்து விடுகிறார் ஏஏ குரூப் லீடர்

அப்பா:

பானு

பானு:

தேங்க்ஸ் சார்

ஏஏ குரூப் லீடர்:

பரவால்லம்மா நீ பாத்து உள்ள போ

அப்பா:

பாத்தும்மா

பானு வீட்டினுள் வந்தமர்கிறாள்.

அம்மா:

படுபாவி இப்படிப் போட்டு அடிச்சிருக்கானே?

அண்ணன் கோபமாக வாலியை எட்டி உதைக்கிறான்

அண்ணன்:

மாட்ட அடிச்ச மாதிரி அடிச்சிருக்காம்ப்பா அவன். போலீஸ்ல கம்ப்ளென்ட் கொடுக்குறோம். உள்ள தள்றோம். கம்பி எண்ண வக்கிறோம்

காட்சி 36: பானு வீடு /இரவு

பானு பால் குடிக்க முடியாமல் கைநடுங்கி க்ளாஸ் கீழே விழுவது

காட்சி 36அ: பானு வீடு /பகல்

பானுவின் அப்பா அண்ணன் இருவரும் மொட்டை மாடியில் பேசிக்கொள்கிறார்கள்

அண்ணன்:

குடிபோதைல பைக் ஓட்டி ஒரு 6 வயசு குழந்தைய கொன்ன கொலைகாரன் அவன். அதுக்காக ஜெயிலுக்குப்போக வேண்டியதெல்லாத்தையும் மறைச்சிருக்கான்.

பானுவின் அப்பா ஆச்சர்யமாகக் கேட்கிறார்

அண்ணன்:

அவனைப் பத்தி விசாரிக்க ஒரு ரிலேட்டிவ மீட் பண்ண கதிராமங்கலம் போனேனே ஞாபகம் இருக்கா? அவன் அந்த ஆளு அவன் உறவுக்காரனே இல்ல, அதுக்கு மேல Impotent.

காட்சி 37: பானு வீடு /இரவு

பானு கட்டிலில் உறங்கிக்கொண்டிருக்கிறாள்

அப்பா:

பானு அம்மாடி... பானு என்னம்மா பயந்துட்டியா... சரியா விசாரிக்காம உன்னை அவனுக்கு கல்யாணம் பண்ணிக் கொடுத்தது என்னோட தப்புதாம்மா, என்னோட தப்புதான்.

பானு பயத்துடன் பார்ப்பது

பானு அழுகிறாள்

காட்சி 38: நீதிமன்றம் /பகல்

பானு அழுவது

ரத்னவேல் பேசுவது

நீதிபதி எழுதுவது

பானு அமைதியாக நீதிமன்றத்தை விட்டு வெளியே வருகிறாள்

அண்ணன்:

பானு நமக்கு FAVOURABLEதானே?

காட்சி 39: சாலை /பகல்

ரத்னவேல் பானு செல்லும் காரின் பின்னே தொடர்ந்து வருகிறான்

ரத்னவேல்:

ஏய் கேஸ்ல ஜெயிச்சுட்டம்னு ரொம்ப குதிக்காத அத்தனை பேரு முன்னாடி என்னை ஆம்பளை இல்லைனு சொல்லிட்டல்ல

அண்ணன்:

ஏய்...

ரத்னவேல்:

சாகறவரைக்கும் உன்னை மன்னிக்க மாட்டேன். என்னை டைவர்ஸ் பண்ணிட்டா உனக்கு எல்லாம் நல்லது நடந்துடுமா?

அண்ணன்:

இப்ப எதுக்குடா சும்மா சீன் போடுற..

ரத்னவேல்:

நீ எப்படி சந்தோஷமா வாழ்ந்திடுறேன்னு பாத்துடுறேன்.

அண்ணன்:

யேய்... மைன்ட் யுவர் வேர்ட்ஸ் டேய்....

ரத்னவேல்:

யேய் போடா போடா

பானு:

விடு... நமக்கெதுக்கு சண்டை

ரத்னவேல்:

இவரு பெரிய அண்ணன் வந்துட்டாரு நியாயம் கேட்க. உனக்கு இருக்குடா...

(montage)

காட்சி 40: கோவில் /பகல்

பானு கோவிலுக்கு வருவது

பானு தாலியைக் கழட்டி நந்தி மீது வைத்துவிட்டு அழுதபடிப் போவது

பானு சோகத்தில் நிற்பது

காட்சி 41: வீடு /பகல்

பானு சோகத்தில்

வளையலைக் கழட்டி கிணற்றில் போடுவது

காட்சி 42: வீடு /பகல்

பானு எழுதும்போது நடுக்கத்துடன் கையெழுத்துப் போடுவது

பானு அழுவது

பானு சோகத்தில் நிற்பது

காட்சி 43: சாலை/பகல்

கால் டாக்சி வருவது

காட்சி 44: ப்ளாட் /பகல்

கார் வந்து பிளாட்டில் நிற்பது

பானு, அண்ணன் இருவரும் இறங்குவது

பானு இருவரும் வருவது

பானு இருவரும் ரூமில் இருப்பது

அண்ணன் அவனது நண்பன் (ரவிச்சந்திரனிடம்) போனில் பேசுகிறான்

அண்ணன்

டேய் தங்கை ஊர்லருந்து வந்தாச்சு. போனை தர்றேன் அந்த விஷயத்தைப் பேசிடு. என்ன மாட்டி விட்றாதடா

ரவிச்சந்திரன்:

பாத்துடா பயத்துல போனை கீழ போட்டுடாத. தங்கைய பாத்து நடுங்குற முதல் அண்ணன் நீதான்டா

அண்ணன் போனை பானுவிடம் கொடுக்கிறான்

அண்ணன்:

பானு

பானு:

என்ன

அண்ணன்:

இங்கவாயேன். என் ஃப்ரண்ட் அன்னைக்கு அந்த மேட்டர் சொன்னேல்ல லைன்ல இருக்கான். ப்ளீஸ் கொஞ்சம் கோவிச்சுக்காம்மா பேசேன்.

பானு:

டேய்... ப்ளீஸ்டா

அண்ணன்:

ப்ளீஸ்

பானு:

ஹலோ

ரவிச்சந்திரன்:

ஹே... பானு. நான் சந்திரன் பேசறேன்

பானு:

தெரியும் சார். உங்களைப் பத்தி எல்லாம் தெரியும். நீங்க அண்ணா கூட இஃப்லெக்ஸ் பேங்க்கிங் சொலுஷன்ல ஓர்க் பண்றீங்க. அவனோட க்ளோஸ் ஃப்ரண்ட்.

ரவிச்சந்திரன் போனில் கேட்பது

பானு:

எங்க அண்ணாதான் முட்டாள் மாதிரி எனக்கு நடந்த கஷ்டத்தையெல்லாம் உங்ககிட்ட வந்து புலம்புனான்னா, நீங்க எப்படி சார் அவன்கிட்ட என்னைக் கல்யாணம் பண்ணிக்கிறேன்னு ப்ரபோஸ் பண்ணலாம். உங்களுக்கு என்ன சார் தெரியும் என்ன பத்தி நான்தான் அன்னைக்கே வேண்டான்டேன்ல

ரவிச்சந்திரன் போனில் கேட்பது

அத அண்ணனும் வந்து உங்ககிட்டச் சொல்லிட்டான்ல. அதுக்கப்புறமும் வந்து அவனைச் சும்மா தொந்தரவு பண்ணிட்டு இருக்கீங்களாம். இப்ப ஃப்ளாட்டுக்குள்ள வந்து செட்டிலே ஆகல அதுக்குள்ள போன் பண்ணிட்டீங்க.

ரவிச்சந்திரன் போனில் கேட்பது

பானு:

விட்டா வாசல்ல வந்து தாலியோட நிப்பீங்க போலிருக்கு. பெரிசா தியாகம் பண்றதா நினைப்பா உங்களுக்கு ஒரு விவாகரத்து ஆனவளுக்கு வாழ்க்கை குடுத்தேன்னு காலர தூக்கி விட்டுக்கணும் அதான உங்க ஐடியா.

ரவிச்சந்திரன் போனில் கேட்பது

பானு:

எனக்கு ஆம்பளைங்க மேல நம்பிக்கையே போச்சு, சார் என்னை பொறுத்தவரைக்கும் கல்யாணங்குறது ஒரு டம்ளர் நெறைய விஷத்த ஊத்திக் குடிக்கிற மாதிரி. அந்த விஷத்தைக் குடுக்கிறதுக்கு நீங்க ஏன் துடிக்கிறீங்க.

ரவிச்சந்திரன் வீட்டைப் பூட்டுவது

பானு:

என் கைய பாத்தீங்கன்னா உங்களுக்குப் புரியும். விவாகரத்து எப்பயோ ஆயிடுச்சு ஆனா கை நடுக்கம் இன்னும் நிக்கலை.

ரவிச்சந்திரன் மாடியில் இருந்து கீழே வருவது

பானு:

உங்களுக்குதான் இன்னும் கல்யாணம் ஆகலைல. உங்களுக்கெதுக்கு என்னை மாதிரி ஒரு சோ கால்டு செகண்ட் ஹேண்ட்

ரவிச்சந்திரன்:

உங்க வீட்ல மினரல் வாட்டர் இருக்கா? ஐ மீன் பப்புள் டாப். கொஞ்சம் தண்ணி குடிச்சிட்டு பேசுங்க. இல்லைன்னா கை நடுங்குற மாதிரி பேச்சும் நடுங்கும். நாளைக்கும் கூப்பிடுறேன்.

ரவிச்சந்திரன் போனை வைத்துவிட்டு பானுவின் பிளாட் காலிங் பெல்லை அடிக்கிறான்

உள்ளேயிருந்து பானு எட்டிப் பார்க்கிறாள்

ரவிச்சந்திரன்:

தப்பான கதவுல பெல் அடிச்சுட்டேன்னு நினைக்கிறேன். சாரி

அண்ணன்:

கரெக்ட்டான வீட்லதாண்டா பெல் அடிச்சிருக்க. சும்மா கொஞ்சம் ஓவரா காமெடி பண்ணாம உள்ள வர்றியா?

ரவிச்சந்திரன்:

ஓ... இல்ல ஒரு லேடி கதவைத் திறந்ததால ஒரு சின்ன குழப்பம்

அண்ணன்:

என் ஃப்ரண்ட்மா இப்ப கூட போன்ல உங்க கூட போன்ல

ரவிச்சந்திரன்:

போன்ல நான் இல்ல நான் தான் நேர்ல இருக்கேன்ல இவன் ஏதாவது உளறுவான். நானே இன்ட்ரடியூஸ் பண்ணிக்கிறேன். என் பேரு ரவி உங்களுக்கு ஏதாவது பேரு இருக்குமே

அண்ணன்:

பானுமதி பானு

ரவிச்சந்திரன்:

ஆ... வணக்கம்

அண்ணன்:

இங்கதாம்மா இருந்தான். நீ வர்றேன்னு கேள்விப்பட்டவுடனே இந்த ஃப்ளாட்ட காலி பண்ணிட்டு ரெண்டு மாடி மேல போய்ட்டான். ரெண்டு வருஷமா என் சமையலையும் என்னையும் பொறுத்துக்கிட்டு என் ரூம் மேட்டா ரூம ஷேர் பண்ணிட்டிருந்த அப்பாவி ஜீவன். இவதான் என் சிஸ்டர் பானு

ரவிச்சந்திரன்:

தெரியும்டா. நீ பாசமலர் சிவாஜின்னா அவங்க சவித்திரி. நீ முள்ளும் மலரும் ரஜினின்னா, அவங்க ஷோபா கரெக்ட்டுங்களா?

காட்சி 45: ப்ளாட் /இரவு

பானுவும் அண்ணனும் சாப்பிடுகிறார்கள்

பானு:

காலைல எனக்கு போன் பண்ணாரே உன் ஃப்ரண்ட் ஒருத்தர் அவர் பேர் என்ன?

அண்ணன்:

சந்திரன்

பானு:

அவரும் அவர் குரலும் மைக்க முழுங்கின மாதிரி நம்ம ப்ளாட்டுக்கு வந்தாரே. சாஃப்ட்டா பேசினாரே அவர் பேரு என்ன?

அண்ணன்:

ரவி, காலைல கால் பண்ணது சந்திரன். நேர்ல வந்தது ரவி. இப்ப க்ளியரா இருக்குல்ல

பானு:

அந்த மாதிரி ஒரு ஆளு இந்த மாதிரி ஒரு ஆளு. ரெண்டு பேரும் உன் பிரண்ட்ஸ் நம்பவே முடியல.

காட்சி 46: நூலகம்/பகல்

பானு நூலகத்தில் எதையோ தேடிக்கொண்டிருக்கிறாள்

பானு:

சார் பிரிவோம் சந்திப்போம் பார்ட்2 இங்க இருக்கு. பார்ட் எங்க இருக்கும்.

லைப்ரேரியன்:

இது ஒரு கேள்வின்னு கேட்க வந்துட்டீங்க. ரேக்ல புக் இல்லேன்னா வெளில போயிருக்கப் போகுது.

ரவிச்சந்திரன்:

வெளில போனது திரும்பி வந்திருச்சு சார். ஹாய்...

பானு:

ஹலோ

ரவிச்சந்திரன்:

பார்ட் 1 தானே வேணும்.

லைப்ரேரியன்:

நீங்களே மாத்திக்கிட்டீங்கன்னா என்ட்ரி போட வேணாமா? நான் எதுக்கு இங்க உட்கார்ந்திருக்கேன் லைப்ரேரியன்னு குண்டா?

ரவிச்சந்திரன்:

ஆக்சுவலி சார் சொல்ற அளவுக்கு குண்டா இல்லேல்ல கொஞ்சம் அகலமா இருக்காரு அவ்வளவுதான்

லைப்ரேரியன்:

ஹலோ நான் என்னை கேலி பண்ணிக்கலாம். நீங்க என்னை

ரவிச்சந்திரன்:

ஸாரி சார்

லைப்ரேரியன்:

ஹலோ புக்க வாங்கிட்டு போங்க

ரவிச்சந்திரன்:

தேங்க்யு

லைப்ரேரியன்:

இந்தக் குரலை வச்சுகிட்டு இவனுகள்ள மாறடிக்கிறதுக்கு நான் பாடவே போயிருக்கலாம்.

மீண்டும் பானு நூலகத்தில் எதையோ தேடிக்கொண்டிருக்கிறாள்

ரவிச்சந்திரன்:

எக்ஸ்க்யூஸ்மி வழக்கமான கேள்வி கேட்டா தப்பா நெனைச்சுக்க மாட்டீங்களே? லைப்ரரி வந்தீங்களா

பானு:

நீங்க நெறைய புக்ஸ் படிப்பீங்களா?

இருவரும் நடந்துகொண்டே பேசுகிறார்கள்

ரவிச்சந்திரன்:

ஆமாம். ஜெயகாந்தன், தி.ஜானகிராமன், சுந்தரராமசாமி, அசோகமித்திரன், ஜெயமோகன், சுஜாதா, வண்ணநிலவன், வண்ணதாசன் தினம் ஏதாவது படிச்சாதான் தூக்கம் வரும். ஒண்ணுமே கிடைக்கலைன்னா ரெண்டு சட்டை, ரெண்டு பனியன், ரெண்டு பேன்ட் லாண்டரி பில்லாவது படிப்பேன். படிக்கிறதுன்னா அவ்வளவு பிடிக்குங்க ஆனா...

சிறுவர்கள் குளிரில் நடுங்குவது.

அதை இருவரும் பார்கிறார்கள்

ரவிச்சந்திரன்:

புக்ஸ்னா எனக்கு உயிர். ஆனா குளிர்ல நடுங்குற அந்த குழந்தைகளுக்கு ஒரு நிமிஷம் இதமா சூடு கிடைக்கும்னா, இந்த லைப்ரேரில இருக்குற அத்தனை புக்ஸயும் கொளுத்துறதுக்கு நான் தயார்.

குளிரில் நடுங்கும் குழந்தைகள்

பானு ரவியைப் பார்க்கிறாள்

பானு, ரவி இருவரும் பார்ப்பது

காட்சி 47: ப்ளாட் /பகல்

அண்ணன்:

ஆ.. சொல்லு ரவி

ரவிச்சந்திரன்:

ஹலோ நான் இப்ப சந்திரன் மாடலா இருக்கேன் ரவியும் நானே சந்திரனும் நானேங்கிற ரகசியத்தை அவுத்துவிட்ட பிச்சுப் புடுவேன் பிச்சு.

அண்ணன்:

டேய் பானு லைஃப்ல ரொம்ப சிரிச்சதே இல்லடா, அவளுக்கு ஏதாவது நல்லது நடக்கும்ல.

ரவிச்சந்திரன்:

டேய் ஓவர் சென்டிமென்ட்டா இருக்கு. அடங்கு. உன் தங்கைய சிரிக்க வைக்கணும் அவ்வளவுதானே? கிச்சுக் கிச்சு மூட்டியாவது சிரிக்க வச்சுடறேன். இப்போ உன் பாசமலரை லைன்ல கூப்பிடுறியா? சந்திரன் கூப்பிடுறேன்னு

அண்ணன்:

நான் கூப்பிடமாட்டேன். வேணுனா நீயே கூப்பிட்டுக்கோ

பானு:

ஹலோ யாருங்க

ரவிச்சந்திரன்:

ஹலோ நான் சந்திரன் பேசுறேங்க.

பானு போனில் கேட்பது

ரவிச்சந்திரன்:

என்னோட கல்யாண ப்ரபோஸல பத்தி என்ன முடிவு எடுத்துருக்கீங்க? என்ன பொறுத்தவரைக்கும் உங்களுக்குக் கல்யாணம் ஆனதோ விவாகரத்து ஆனதோ எதைப் பத்தியும் எனக்குக் கவலை இல்லை. நான் உங்களைப் புதுசா பாக்குறேங்க நீங்க எனக்கு ஜஸ்ட் பானு அவ்வளவுதான்.

பானு போனில் கேட்பது

ரவிச்சந்திரன்:

உங்க போட்டோவ உங்க பிரதர் காட்டுன அன்னைக்கே பிடிச்சிருந்தது.

பானு:

சார் நா...

ரவிச்சந்திரன்:

உங்க விஷயம் பூராம் கேள்விப்பட்டதும் உங்கள கல்யாணம் பண்ணிக்கணும்னு தோணுச்சு. டீசன்ட்டா ப்ரபோஸ் பண்ணேன். அதை மறுக்கிறது உங்க உரிமை. அதை நான் மதிக்கிறேன்.

பானு போனில் கேட்பது

உங்களுக்கு நான் வேணான்னா எனக்கும் நீங்க வேணாங்க. நான் பரிதாபத்துல உங்களுக்கு ப்ரபோஸ் பண்ணதா நினைச்சா அது உங்க கற்பனை.

ரவிச்சந்திரன்:

உங்களுக்கு எய்ட்ஸ் இருக்கு, இல்ல ப்ளட் கேன்சர் இருக்கு அப்போ உங்களுக்கு ப்ரபோஸ் பண்ணிருப்பேன்னு நினைக்கிறீங்க? சான்சே இல்ல.

பானு போனில் கேட்பது

ரவிச்சந்திரன்:

உங்க காம்ப்ளக்ஸ்ல எனக்கு நோ சொல்லிடாதீங்க. ஐ டோன்ட் நீட் டூ ஆஃப்பன் யூ. பட், எனக்கு இது முதல் கல்யாணம் நீங்க ஒரு சோ கால்டு செகண்ட் ஹேண்ட் அதனால ஒரு மனைவியை இழந்தவரோ விவாகரத்து ஆனவரோ, ஹேண்டி ஹேப்டு தான் உங்கள கல்யாணம் பண்ணிக்கலாம்னு தயவுசெய்து சொல்லிடாதீங்க. உங்க பேச்சு ரெட்டை ஜடை பின்னி பஃவ் கை ஜாக்கெட் போட்டுக்கிட்டு இந்த பீரியட் ஃபிலிம்ல வர்ற பெண்கள் பேசுற மாதிரி இருக்கு. தயவு செய்து இவ்வளவு கர்நாடகமா இருக்காதீங்க. நான் கொஞ்சம் இன்ட்ரஸ்டிங்கா தான் பேசறேன்னு நினைக்கிறேன். இல்லேன்னா எப்பவோ போனை கட் பண்ணிருப்பீங்க

பானு:

முக்கியமா உங்ககிட்ட ஒண்ணு சொல்லணும். ஹலோ இனிமே எனக்கு போன் பண்ணாதீங்க.

காட்சி 48: சாலை/பகல்

பானு வீட்டிற்குள் செல்வதைப் பார்த்து ரவிச்சந்திரன் ஓடி வருகிறான்

ரவிச்சந்திரன்:

EXCUSE ME... ஒரு நிமிஷம்.

பானு:

ஹலோ

ரவிச்சந்திரன்:

நான்தான் ரவி நம்ம ஃப்ளாட்டுக்கு எதுத்த பில்டிங்க்கு எங்கூட வர முடியுமா?

பானு:

அங்க என்ன இருக்கு?

ரவிச்சந்திரன்:

அங்க டேபிள் இருக்கு. சேர்ஸ் இருக்கு கப் இருக்கு சாஸர் இருக்கு, காஃபி ஷாப்

பானு:

ஸாரி என்னால வரமுடியாது

ரவிச்சந்திரன்:

ஒரு நிமிஷம். எனக்குக் கல்யாணம் பிக்ஸ் ஆயிருக்கு. அதுக்கு உங்களை ட்ரீட் பண்ணலாம்னு நினைச்சேன். எங்கூட ஒரு கப் காபி சாப்பிட மாட்டீங்களா?

பானு:

மறுக்க முடியாத மாதிரி அழகா கேட்குறீங்க

காட்சி 49: coffee shop/பகல்

Espresso Bar

இருவரும் காபி ஷாப்பில் அமர்ந்திருக்கிறார்கள்.

ரவிச்சந்திரன்:

ஃபுல் சேரும் உங்களுக்குத் தாங்க. நல்லா உட்காருங்க Capacheno

பானு:

இல்ல... எனக்கு எனி மில்க் ஷேக் வித் ஸ்ட் ரா

ரவிச்சந்திரன்:

பேரர்...

கப்ல காபி பிடிப்பது

ரவிச்சந்திரன்:

ஏன் ஸ்ட்ரா கேட்குறீங்கன்னு எனக்குத் தெரியும். கை நடுக்கம் தானே? உங்க அண்ணன் சொன்னான் நான் சொல்ற மாதிரி பண்ணிப்பாருங்க. ரெண்டு கையும் டேபிள்ல வைங்க கம் ஆன். உங்களுக்கு ரெண்டாவது கை இருக்குல்ல. எல்போவ ஸ்ட்ராங்கா டேபிள்ல அழுத்துங்க. குட் இப்ப ஒரு கையால காபி கப்பை பிடிங்க. ம். இந்தக் கைய ஸ்ட்ராங்கா அழுத்திக்கங்க. அந்தக் கையில் நடுக்கம் குறையும். இப்ப கைய மெதுவா எடுத்து காபி குடிங்க. குட். வெரிகுட் நடுக்கம் கம்மியா இருக்கு பாத்தீங்களா?

பானு வெட்கத்துடன் பார்க்கிறாள்

வீட்ல போயி ப்ராக்டிஸ் பண்ணிப் பாருங்க. தண்ணி குடிக்கும் போது கூட.... இனிமே நாம ப்ரண்ட்ஸ் இது உங்களது டேக் இட்

ரவி ஒரு பேனாவை பானுவிற்குப் பரிசாகத் தருகிறான்

பானு அதை வாங்கிக்கொள்கிறாள்

ரவிச்சந்திரன்:

ஒண்ணு வாங்குனா ஒண்ணு கொடுக்கணும்ங்க. உங்க ஹேண்ட் பேக்ல ஏதாவது ஓட்ட பேனாவாவது இருக்குமே அதை என்கிட்ட கொடுத்திருங்க. இந்த மாதிரி சின்னச் சின்னப் பரிமாற்றங்கள் தான் பெரிய நட்புக்கு உத்ரவாதம்னு படிச்சிருக்கேன்

பானு வெட்கத்தோடு ரவியைப் பார்க்கிறாள்

ரவிச்சந்திரன்:

உங்ககிட்டதான் பேனா. ஆண்கள்கிட்ட ஷர்ட் மாத்திப்பேன். என் ரூம் மேட் உங்க அண்ணன்கிட்ட கேட்டுப்பாருங்க. எக்சேஞ்ச்ல எப்பவுமே நான்தான் லூசர்... ஏன்னா என்னதெல்லாம் காஸ்ட்லி ப்ராண்டட் ஷர்ட்ஸ் பெண்களோடயும் நான் ஷர்ட் எக்சேஞ்ஸ் பண்றதுக்கு ரெடி... ஆனா

பானு வெட்கத்தோடு சிரிக்கிறாள்

ரவிச்சந்திரன்:

இப்ப சிரிச்சீங்களா?

பானு:

இல்ல

ரவி மெல்லிய புன்னகையுடன் பானுவை பார்க்கிறான்

(inset)

பஸ் போகிறது

காட்சி 49அ coffee shop/பகல்

நீண்ட நேரம் இருவரும் அதே காபி ஷாப்பில் அமர்ந்திருக் கின்றனர்

பானு:

பொண்ணு என்ன பண்றாங்க

ரவிச்சந்திரன்:

எந்தப் பொண்ணுங்க

பானு:

நீங்க கல்யாணம் பண்ணிக்கப் போற பொண்ணுங்க அதுக்குத் தானே எனக்கு ட்ரீட்க்கு கூப்பிட்டீங்க.

ரவிச்சந்திரன்:

ஓ... அது... அது பொய்ங்க. உங்களை காபி சாப்பிட வர வைக்க சொன்ன பொய். ஆனா ஃபுல் பொய் இல்ல பாதி பொய்

பானு:

அதென்ன பாதி பொய்

ரவிச்சந்திரன்:

பொண்ணு பார்த்தாச்சு ஆனா கல்யாணம்தான் பிக்ஸ் ஆகல. பேச்சுவார்த்தை நடந்திட்டிருக்கு.

பானு:

உங்க முகத்தைப் பார்த்தா பொய் சொல்வீங்கன்னு நினைக்கவே இல்ல, பாதி பொய் கூட...

ரவி சமாளித்துச் சிரிக்கிறான்

காட்சி 50: office/பகல்

ரவிச்சந்திரனும் பானுவின் அண்ணனும் சேர்ந்து பானுவிற்கு போன் செய்கிறார்கள்

அண்ணன்:

டேய்... டேய் ரிங் போகுதுடா?

ரவிச்சந்திரன்:

எனக்குக் காதில்லையா? ஹலோ

பானு:

ஹலோ யாரு

ரவிச்சந்திரன்:

சந்திரன் பேசுறேங்க என்னை ஒரு தடவ நேர்ல பார்த்தா போதும்.

மறுமுனையில் பானு போனில் பேசுகிறாள்

என் மேல இருக்குற கோபம் போயிடும். நான் கொஞ்சம் அழகா இருப்பேங்க.

ரவிச்சந்திரன்:

இன்னிக்கு நல்ல முகூர்த்த நாள் இன்னிக்கே பாக்கலாமா? ஈவ்னிங் 4'0 க்ளாக் உங்க வீட்டுக்குப் பக்கத்துல இருக்குற பாரிஸ்டால காபி சாப்பிடலாம்.

பானு:

உங்ககிட்ட பேசுறதே பிடிக்கலை இதுல காபி சாப்பிட வரணும் சான்சே இல்ல

ரவிச்சந்திரன்:

ப்ளீஸ்.. வாங்க a lot can happen over a cup of coffee u know? காபி சாப்பிடறதுக்கு நடுவுல எவ்வளவோ நடக்கலாம்.

பானு:

நிச்சயமா கல்யாணம் நடக்காது. பை த வே எனக்கு உங்களை மட்டுமல்ல காபியும் பிடிக்காது.

ரவிச்சந்திரனும் பானுவின் அண்ணனும் நடந்துகொண்டே பேசுகிறார்கள்

ரவிச்சந்திரன்:

எனக்கு எல்லாம் தெரியுங்க. எங்கூட காபி சாப்பிடமாட்டேங்குறீங்க நேத்து அந்த தடியன் ரவி கூட மட்டும் காபி சாப்டீங்க. எல்லாம் பாத்துட்டு தான் உட்கார்ந்திருந்தேன். ரெஸ்ட்டாரன்ல யாருமே கவனிக்கலை. அப்புறம் நாங்க ரெண்டு பேரும் உங்க அண்ணனோட ப்ரண்ட்ஸ் தான். ரவிக்கொரு நியாயம் சந்திரனுக்கு ஒரு நியாயம். இது ரொம்ப அநியாயங்க. என்னது சின்ன பரிமாற்றங்கள்தான். பெரிய நட்புக்கு உத்ரவாதமா? ரவி அவன் மூஞ்சிய பாத்தீங்களா? வில்லன் மாதிரி இருக்கு. ரொம்ப கெட்ட பையன். அவன் கொடுத்த 10 ரூபா ஓட்ட பேனாவ வாங்கிக்கிட்டீங்க. நான் வைர மோதிரமே மாத்திக்க ரெடியா இருக்கேன்.

பானு:

சரிங்க. நான் உண்மைய சொல்லிடறேன். எனக்கு காபி சாப்பிட பிடிக்கும் ஆனா உங்களோட சாப்பிட பிடிக்காது.

ரவிச்சந்திரன்:

டைபாய்டு.. காலரா, சிக்கன் ஃபாக்ஸ், மலேரியா கடவுளே கடவுளே எங்கூட காபி சாப்பிட வராத அந்தப் பொண்ணுக்கு இதுல எது வந்தாலும் ஓகே

அண்ணன்:

அதையும் இந்த ஸ்பீக்கர் போன்லயே சொல்லேன்.

(inset)

இரு கார்கள் ஒன்றாகச் செல்வதுபோல் காண்பிக்கப்படுகிறது

காட்சி 51: Embroidering Class/பகல்

ரவிச்சந்திரன், அண்ணன், பானு மூவரும் எம்பிராய்டிங் சொல்லித் தரும் இடத்திற்கு வெளியே நின்று பேசிக்கொண்டிருக்கிறார்கள்

ரவிச்சந்திரன்:

அதோ அந்த டோர் தெரியுதுல்ல அதத் திறந்திட்டு உள்ள போனா ஒரு 30 வயசு லேடி உட்கார்ந்திருப்பாங்க. அவுங்களுக்கு எதுத்தாப்ல ஒரு 10 கேர்ள்ஸ் ஊசியும் கையுமா துணி தைச்சுக்கிட்டு இருப்பாங்க..

அண்ணன்:

அது வேற ஒண்ணுமில்லம்மா உள்ள எம்ப்ராய்டரி க்ளாஸ் நடக்குது அதான் கொஞ்சம் பில்டப் பண்ணிக் சொல்றான்.

ரவிச்சந்திரன்:

உங்கள எதுக்காக இங்க கூட்டிட்டு வந்தேன் தெரியுமா. உங்களுக்குக் கை நடுங்குதுன்னு சொன்னீங்கல்ல எம்ராய்டாரி போட்டுப் பழகுங்க கை நடுக்கம் நின்னுடும் என் கொள்ளு பாட்டி கூட இப்படிதான் விடாம கைநடுங்கிக்கிட்டு தான் இருந்தது. பார்கிப்ஸனஸ்னால எம்ராய்டாரி போட்டு பழகினாங்க. இப்போ அவங்க கை ஜாக்கிசான் மாதிரி துள்ளுது. மிரட்டல் அடி பார்ட் 1, பார்ட் 2 என்னையே அடிக்கிறாங்கடா. சரி ஜோக்ஸ் அப்பார்ட், இப்போ சீரியஸா சொல்றேன். எனக்காக இந்த எம்ராய்டரி க்ளாஸ்ல சேர்ந்துருங்க.. உங்க கை நடுக்கம் நின்னுரும். சேரணும்னா உள்ள போகணுங்க...

காட்சி 51அ: Embroidering Class /பகல் மூவரும் உள்ளே செல்கின்றனர்

ரவிச்சந்திரன்:

ஞான சுந்தரி அதான் என் பாட்டி பேரு. 1957 டூ 58இதே க்ளாஸ்லதான் படிச்சிட்டுருந்தாங்க

அண்ணன்:

31 வருஷம் ஒரே க்ளாஸ்ல படிச்ச ப்ரில்லியன்ட் ஸ்டூடண்ட் இவங்க பாட்டி மட்டும்தான்.

ரவிச்சந்திரன்:

அடிக்கப் போறீங்களா? குச்சி ஏதாவது ஓடிச்சுட்டு வரட்டுமா?

பானு:

நீங்க பேசாம இருந்தாதானே நான் க்ளாஸ்ல போயி ஜாய்ன் பண்ணுவேன்.

பானு சிரித்துவிட்டு எம்ராய்டரி க்ளாசிற்குச் செல்கிறாள்

(inset)

இரவு நேரத்தில் வண்டிகள் நகர்கின்றன

காட்சி 52: பானு ப்ளாட் /இரவு

பானு, ரவிச்சந்திரன் இருவரும் பேசிக்கொண்டிருக்கிறார்கள்

பானு ஆர்வமாக ரவிசந்திரனிடம் எதையோ காண்பிக்கிறாள்

ரவிச்சந்திரன்:

இது என்னது ரௌண்ட் ரௌண்ட்டா?

பானு:

நீங்க சேர்த்துவிட்டது நான் கத்துக்கிட்டது

ரவிச்சந்திரன்:

எம்ராய்டரிங் இது?

பானு ரவிச்சந்திரனுக்கு ஷர்ட் தருகிறாள்

பானு:

நான் உங்களுக்கு ஒரு ஷர்ட் தரக் கூடாதா?

ரவிச்சந்திரன்:

தேங்க்ஸ் 'ஆர்' ரவி கரெக்ட்

பானு:

இந்த 'ஆர்' உங்க பேருக்கு மட்டுமல்ல I think you 'R' a nice person, you 'R' a wonderfull person 2 நனையாம தண்ணி குடிச்சிக்கிறேன்.

பானு சோகமாக ரவிச்சந்திரனிடம் தன் கதையைச் சுருக்கமாகச் சொல்கிறாள்

(inset)

பானு, குழந்தையுடன் விளையாடுவது

கடந்தகால வாழ்கையை நினைத்துப்பார்க்கிறாள்

காட்சி 52அ: பானு ப்ளாட் /இரவு

பானு சோகமாகப் பேசுகிறாள்

பானு:

நான் 4 மாசம் அம்மாவா இருந்தேன். பெத்துக்கல தத்தெடுத்தேன். அவரால திருப்பிக் கொடுத்துட்டேன். மைக்கேல் ஆர்ஃபன்ச் அங்க இருந்த ஹெட் ரொம்பவே கோவிச்சுக்கிட்டாங்க. அப்பயிருந்தே மனசு உருத்திட்டேதான் இருந்தது.

பானு:

அந்தக் குழந்தை எங்கயிருக்கோ? எப்படியெல்லாம் கஷ்டப்படுதோ? ஐ திங்க் என்னோட கைநடுக்கத்துக்குக் காரணம் இந்தக் குற்ற உணர்ச்சிதான்

ரவிச்சந்திரன்:

ஒரு கவர் இருக்குமா?

பானு:

ம்...

ரவிச்சந்திரன்:

இல்ல இந்த ஷர்ட்போட்டு எடுத்துட்டு போறதுக்கு

(ஓ... இந்த காதல் என்ற பூதம் ஏன் என்னை வந்து கொள்ளுகிறதோ... பாடல்)

காட்சி 53: பானு ப்ளாட் /பகல்

அண்ணன்:

பானு

பானு:

ம்...

அண்ணன்:

அந்த எஸ்.பி.ஐ. ப்ளூஷிப் ஃபார்ம்ல கையெழுத்துப் போட்டு வச்சுறேன்

பானு:

இதோ போடுறேன்

அண்ணன்:

ஆ.. ரவி நம்ம ஆபீஸ்ல புஜ்ஜி பாபு இருக்காருல்ல அவர்கிட்ட இந்த ஃபார்ம ஹேன்ட் ஓவர் பண்ணி வச்சுரு நான் கொஞ்சம் லேட்டா வருவேன்.

ரவிச்சந்திரன்:

நான் லேட்டா வரலாம்னு பார்த்தேன். உனக்காக ட்வென்ட்டி போர் ஹவர்ஸ் ஆபீஸ்ல இருக்கேன்டா

பானு:

பார்ம் எங்க இருக்கு?

அண்ணன்:

அந்த டேபிள்லதான் இருக்கு. ஜென்ரலா கண்ணைத் திறந்திட்டு தேடுனா பெட்டர்

ரவிச்சந்திரன்:

எக்ஸ்க்யூஸ்மி அந்த மூணாவது பேப்பர்க்குக் கீழ தேங்க்யு சொன்னீங்களா?

பானு:

தேங்க்ஸ்

ரவிச்சந்திரன்:

யு ஆர் வெல்கம்

(inset)

பானு பேனாவை எடுத்து, ரெஸ்டாரன்டில் ரவிச்சந்திரன் பேனா கொடுத்ததை நினைத்துப் பார்கிறான்.

காட்சி 53அ: பானு ப்ளாட் /பகல்

பானு திரும்பி ரவிசந்திரனை பார்க்கிறாள்

ரவிச்சந்திரன் பேப்பர் படித்துக்கொண்டிருக்கிறான்

ரவிச்சந்திரன்:

இப்ப என்னை பார்த்தீங்களா?

பானு:

என்ன? (சற்று கோபமாக)

ரவிச்சந்திரன்:

ஒண்ணுமில்ல

பானு:

எக்ஸ்க்யூஸ்மி

ரவிச்சந்திரன்:

உங்க வீடு நீங்க உள்ள போறீங்க எதுக்கு ஒரு எக்ஸ்க்யூஸ்மீ வேஸ்ட் பண்ணனும்.

பானு பூஜை அறை சென்று தன் கையில் இருக்கும் பேப்பர டேபிளில் வைக்கிறாள்

ரவிச்சந்திரன் ஹாலில் உட்கார்ந்திருக்கிறான்

மீண்டும் பானு பேப்பர எடுக்கும்போது போன் ரீங்காரிக்கிறது.

அண்ணன்:

யாருக்கு போன் பண்ற?

ரவிச்சந்திரன்:

பாசமலர்

பானு:

ஹலோ யாருங்க

ரவிச்சந்திரன்:

நான் தான் சந்திரன் சின்னக் குழந்தை மாதிரி சொன்னா உங்க பேச்சு கா உங்களால ஒரு நல்ல நட்பு டப்புனு உடைஞ்சிருச்சு

ரவிச்சந்திரன்:

அடக்கி வாசி

அண்ணன்:

சரி சரி

ரவிச்சந்திரன்:

ஒரு கிளை இலைய இழந்திருச்சு, ஒரு டயர் ட்யூப்ப இழந்திருச்சு.. ஒரு லாக் கீய இழந்திருச்சு

பானு:

ஹலோ ஒரு விஷயத்துக்கு ஒரு உதாரணம் போதும். மேட்டர்க்கு வாங்க சார்.

ரவிச்சந்திரன்:

உங்களால என் ப்ரண்ட உங்க அண்ணனை நான் இழந்துட்டேன். நேத்து அவனுக்கும் எனக்கும் அடிதடி சண்டை. எனக்குக் காதுக்குப் பின்னால அவனுக்கு மூக்குக்கு மேல அடி ஏன்டா அடிக்கடி என் தங்கச்சிக்கு அனானிமஸ் கால் பண்ணிறேன்னு கேட்டு தகராறு பண்ணான். அவன் சண்டை போட்டா நான் விட்டுருவேனா

பானு போனில் ரவிச்சந்திரன் பேசுவதைக் கேட்கிறாள்

ரவிச்சந்திரன்:

சின்னத் தம்பி, பெரிய கவுண்டர் பொண்ணு, சிப்பிக்குள் முத்து இந்த மூணு படத்துக்கும் ஒரு ஒற்றுமை உண்டு என்னனு தெரியுமா?

பானு:

ஹலோ... ஹலோ

ரவிச்சந்திரன் பானு இருக்கும் அறைக்கு போன் பேசியவாறே வருகிறான்

ரவிச்சந்திரன்:

எக்ஸ்க்யூஸ்மி ஓ ஸாரி.. போன்ல பேசிட்டுருந்தீங்களா டிஸ்டர்ப் பண்ணிட்டனா... பாத்ரூம் யூஸ் பண்ணலாமா?

பானு:

ம்... ப்ளீஸ்

ரவிச்சந்திரன்:

தேங்க்யு

ரவிச்சந்திரன் பாத்ரூமிற்குள் செல்கிறான்

ரவிச்சந்திரன்:

ஏன் கொஞ்ச நேரம் சைலன்ட் ஆகிட்டீங்க? ஆம்பள குரல் கேட்குது... சரி ஸ்கிப் இட். என்ன பேசிட்டுருந்தேன்

தொடர்ந்து பானு போனில் ரவிச்சந்திரன் பேசுவதை கேட்கிறாள்

ரவிச்சந்திரன்:

ஆ... சின்ன தம்பி, பெரிய கவுன்டர் பொண்ணு, சிப்பிக்குள் முத்து என்ன ஒற்றுமை அதானே இந்த மூணு படத்துலயும் ஹீரோயின் பெர்மிஷன் இல்லாம ஹீரோ தாலி கட்டுவான். அப்படி பண்றதுக்கு எனக்கு எவ்வளவு டைம் ஆகும். ஆனா நான் நல்லவன்.

பானு கவனக்குறைவாக ரவிச்சந்திரன் பேசுவதைக் கேட்டுக்கொண்டிருக்கிறாள்

ரவிச்சந்திரன்:

இந்த விஷயத்தை நீங்க உணர்ற நாள் வரும் அதுவரைக்கும் நான் வெய்ட் பண்றேன்.

ரவிச்சந்திரன் பாத்ரூமிலிருந்து வெளியே வருகிறான்

ரவிச்சந்திரன்:

ஓ... இன்னும் போன்ல பேசிட்டுருக்கீங்களா? சத்தமே வரல. பாத்ரூம்ல தண்ணி கொஞ்சம் மஞ்சளா வருது. பரவால்ல நீங்க பேசிட்டுருங்க நான் ஹால்ல வெய்ட் பண்றேன்

பானு:

ஹலோ... ஹலோ

காட்சி 54: ரவிச்சந்திரன் ப்ளாட் /பகல்

ரவி ஷேவ் செய்து கொண்டிருக்க காலிங் பெல் சத்தம் கேட்கிறது கதவைத் திறக்க பானு நிற்கிறாள்

பானு:

ஹலோ

ரவிச்சந்திரன்:

ஹாய்.. நீங்க தப்பா மேல வந்துட்டீங்கன்னு நினைக்கிறேன். இது cl2 உங்க ஃப்ளாட் கீழ இருக்குங்க

பானு:

உங்க ப்ளாட்டுக்கு வரணுன்னு தான் வந்தேன். இருக்கட்டுமா போயிரட்டுமா

ரவிச்சந்திரன்:

அய்யய்யோ போயிறாதீங்க ஒரு நிமிஷம்.

எஸ்ஸ்ஸ்......(ரவிச்சந்திரன் சந்தோஷப் படுகிறான்)

ரவிச்சந்திரன்:

இந்த ஏழை பேச்லர் குடிசைல ராஜகுமாரி உங்க கால் படறது இட்ஸ் மை ப்ளசர் இருந்தாலும் ஒரு 10 செகன்ட் கழிச்சு உள்ள வாங்க ப்ளீஸ்

பானு உள்ளே நுழைகிறாள்

பானு:

10 செகன்ட்டுக்கு மேல ஆயிடுச்சு நான் வந்துட்டேன்

ரவிச்சந்திரன்:

ஆ... வந்துட்டேன்

பானு:

உங்ககிட்ட ஸ்டோ ரி புக்ஸ் வாங்கிட்டு போலான்னு வந்தேன். அந்த அசோக ராமசாமி, சுந்தர மித்ரன் புக்ஸ்லாம் இருக்குல்ல

ரவிச்சந்திரன்:

அய்யய்யோ அது அசோக ராமசாமி, சுந்தரமித்ரன் இல்லீங்க. சுந்தர ராமசாமி அசோகமித்ரன். நான் ரொம்ப மதிக்கிற ரைட்டர்ஸ். விளையாட்டுக்குக்கூட அவங்க பேர தப்பா சொல்லிறாதீங்க. வீட்டுக்கொரு மரம் வளர்க்கச் சொல்கிறது அரசாங்கம். வளர்க்கிறேன் வீடு கொடு. பத்து விரல்கள் என்பது சரிதான். எப்போது உனது 5 விரல்களும் எனது 5 விரல்களும் அவள் அழகாக இல்லாததனால் எனக்கு தங்கையாகி விட்டாள். உங்கள சொல்லலைங்க. தமிழ் தான் எனக்கு மூச்சு. ஆனால் அதை பிறர் மேல் விட மாட்டேன். அரிசின்னா ஒருத்தர் என்னனு கேட்டார். ஒரே வரில அப்துல் ரகுமான் சொன்னாரு,

அரிசி நெல்லின் நிர்வாணம்

பானு:

எவ்வளவு அழகான கவிதைகள் இவ்வளவு அழகா சொல்றீங்க. ஆனா ஏன் அடிக்கடி மேல பாக்குறீங்க.

ரவிச்சந்திரன்:

ஏன்னா.. அங்கதானே எல்லாம் எழுதி வச்சிருக்கேன். அங்க 3 இருக்கு இங்க 300 இருக்குங்க.

பானு:

அய்யய்யோ செருப்போட உள்ள வந்துட்டேன்.

ரவிச்சந்திரன்:

ஆ ஆ... நீங்க செருப்புப் போட்டுத் தாங்க இங்க வரணும். அதுக்காக தானே இந்த C12வே?

அண்ணன்:

பானு... பானுவ காணமே

ரவிச்சந்திரன்:

என்ன

அண்ணன்:

பானு.. செவப்பு ட்ரஸ் போட்டுருப்பா பாத்தியா?

ரவிச்சந்திரன்:

அடங்குடா. நான்தான் பேசிட்டுருக்கேன்ல

அண்ணன்:

ஓ இங்க இருக்காளா?

ரவிச்சந்திரன்:

ஆ... நீங்க அந்த ரூம்ல புக்ஸ் இருக்கு பாத்துட்டு இருங்க

அண்ணன்:

பாத்துட்டு இருங்க...

ரவிச்சந்திரன்:

இங்க வாடா, அந்த லெப்ட் சைட் ரூம்ல...

அண்ணன்:

லெப்ட் சைட் ரூம்ல...

ரவிச்சந்திரனும் பானுவும் வேறொரு அறைக்குள் செல்கிறார்கள்

ரவிச்சந்திரன்:

டேய்... அந்த கேமராவ எடுடா

அண்ணன்:

எதுக்குடா?

ரவிச்சந்திரன்:

இதுதான்டா சான்ஸ் கரெக்டா வந்து மாட்டிக்கிட்டா இன்னைக்கு தாண்டா கதையோட க்ளைமாக்ஸ்

அண்ணன்:

போட்டோவா

ரவிச்சந்திரன்:

ஆமாண்டா

அண்ணன்:

சரி சரி போஸ் கொடு

ரவிச்சந்திரன்:

எப்படி?

அண்ணன்:

ஓவர் ஆக்ட் பண்ணாத. இதுக்கு அதுவே பெட்டர் ஒன் மினிட், இன்னைக்கு ரெண்டு வேஷமும் கலைஞ்சிரப் போகுது. போட்டோவ பார்த்தவுடனே. நானே ரவி.. நானே சந்திரன்னு தெரியப் போகுது. ஆட்டம் குளோஸ்

அண்ணன்:

சூப்பர்

ரவிச்சந்திரன்:

நாம பேசினது ஒண்ணும் கேமராவுல ரெக்கார்ட் ஆகாதுல்ல.. இல்ல போலோரிட் இருந்தா கூட

அண்ணன்:

பேசறத நிறுத்திட்டு போஸ் குடுக்கிறியா?

ரவிச்சந்திரன்:

ஓகே

அண்ணன்:

ஆ... பருத்தி வீரன் மாதிரியே இருக்க நீ போட்டோவ ரெடி பண்ணி ஹால்ல வச்சுரு. நான் பானுகிட்ட பேசிட்டு வந்துடுறேன். கமான்...

அண்ணன்:

சரி சரி

பானு:

நிறைய கேர்ள்ஸ்க்கு நடுவுல நிக்குறீங்க இந்த போட்டோஸ்லாம் எங்க எடுத்தது.

ரவிச்சந்திரன்:

பேன்யான்லே பேன்யான் தெரியும்ல மென்ட்டாலியன் உமன்க்கு ஆதரவா இருக்குற ஆர்ஹனிசேஷன் வந்தனா, வைஷ்ணவினு ரெண்டு பேர் எளிமையா சர்வீஸ் பண்றாங்க. என்னுடைய பெர்த்டேஸ்லாம் நான் அங்கதான் கொண்டாடுவேன்.

அண்ணன்:

ஹலோ ஹலோ அட்டன்ஷன் ப்ளீஸ் உனக்கு அடிக்கடி கால் பண்ணி கழுத்தறுப்பானே அந்தச் சந்திரன். அவனை நீ நேர்ல பார்த்ததே இல்லையாம். பார்த்தா மயங்கிடுவியாம். கோபமெல்லாம் போயிடுமாம்.

பானு:

அப்படின்னா? அவன் நேர்ல வரப் போறானா?

அண்ணன்:

நேர்ல வந்தாதான் நீ அடிச்சிருவியே. அதனால போட்டோ மட்டும் அனுப்பியிருக்கான் ஹால்ல இருக்கு போய் பாரேன் ப்ளீஸ்...

பானு:

வேற வேலை இல்ல அவன் போட்டோ பாக்குறதுக்கெல்லாம் எனக்கு இஷ்டமில்ல

ரவிச்சந்திரன்:

ஏங்க யாருங்க இந்தச் சந்திரன்

பானு:

அவரப் பத்தி உங்களுக்குத் தெரியாதுங்க

ரவிச்சந்திரன்:

கரெக்ட்ங்க எனக்குத் தெரியாதுல்ல

அண்ணன்:

ஆமாம். இவனுக்குத் தெரியாது. ஹால்ல தானம்மா இருக்கு ப்ளீஸ் போய் பாரேன்.

ரவிச்சந்திரன்:

இந்த ரூமும் ஹாலும் ஜஸ்ட் பக்கத்துல பக்கத்துலதான் கொஞ்சம் போனீங்க அந்த போட்டோவ பார்த்துரலாம்

சேரில் கவர் இருக்கிறது

பானு யோசிக்கிறாள்

ரவிச்சந்திரன்:

எனக்காக ப்ளீஸ்

அண்ணன்:

ஆமாம். இவனுக்காக ப்ளீஸ்

சேரில் இருக்கும் கவரை எடுக்க பானு போகிறாள்

ரவிச்சந்திரன்:

போங்களேன்

அண்ணன்:

போறாளே பொண்ணு தாயி போகிற போக்கில் போட்டோ பார்க்க ப்ளாக் சோபா மேல இருக்குற கவர பிரிக்க..

பானு நின்று கவரைப் பார்க்கிறாள்

ரவியும், பானுவின் அண்ணனும் ஒளிந்து நின்று பார்க்கிறார்கள்

அண்ணன்:

நீதான் ரவி, நீதான் சந்திரன். இப்ப தெரியப் போகுது பார் அடிப்பாளா உதைப்பாளா

பானு போட்டோவை எடுத்துக் கோபமாகப் பார்க்காமலே கிழித்து போடுகிறாள்

அண்ணன்:

சே... மாட்டுவேனு பாத்தா தப்பிச்சிட்டா பாக்காமலே கிழிச்சுட்டா

காட்சி 55: சாலை /இரவு

பானுவும் ரவிச்சந்திரனும் காரில் போகிறார்கள்

கார் ஒரு வீட்டின் முன் நிற்கிறது

இருவரும் காரினுள்ளே இருக்கின்றனர்

பானு:

ரவி எதுக்கு இங்க வந்திருக்கோம்

ரவிச்சந்திரன்:

சொல்றேன்

அந்த வீட்டின் மாடியில் அழுகின்ற ஒரு குழந்தையை ஒரு பெண் கொஞ்சுகிறாள் அதை இருவரும் பார்க்கிறார்கள்

ரவிச்சந்திரன்:

பாத்தீங்களா... முதல்ல அட்ரஸ் தரமாட்டேன்டாங்கா. ஆனா அன்னைக்கு நீங்க ரொம்ப வருத்தப்பட்டீங்கல்ல. அதனால எல்லா இடமும் தேடி ஆளுங்ககிட்ட பேசி நீங்க திருப்பிக் கொடுத்த குழந்தையை கண்டுபிடிச்சுட்டேன்

பானு அதனைப் பார்க்கிறாள்

சற்று மனம் மகிழ்ச்சி அடைகிறாள்

ரவிச்சந்திரன்:

அங்க பாருங்க. குழந்தை வசதியா ஹேப்பியா இருக்கு. சோ உங்க குற்ற உணர்ச்சிய தூக்கிப் போட்டுருங்க ஓகே

பானு குழந்தையையும் ரவியையும் பார்க்கிறாள்

சந்தோஷப்படுகிறாள்

காட்சி 56: கடல் /பகல்

பானுவும் ரவிச்சந்திரனும் கடற்கரையில் நடந்துகொண்டே பேசுகிறார்கள்

பானு:

என்ன சாப்பிடுறேன், என்ன டிரஸ் போட்டுக்கிறேன், எங்க போறேன்

பானு:

எங்க வரேன்... எதுலயுமே ஒரு இன்ட்ரஸ்ட்டே இல்ல

ரவிச்சந்திரன்:

உங்க வெறுமைக்கு ஒரு கரெக்டான சொலுஷன் கல்யாணம்தான்

ரவிச்சந்திரன்:

நமக்கு நடக்குற நல்லது கெட்டது எல்லாத்தையும் ஷேர் பண்ணிக்கிறதுக்கு ஒரு கம்பெனியன் வேணும்

ரவிச்சந்திரன்:

ஜெயிச்சா ஜெயிச்சேன்னு சொல்றதுக்கு

ரவிச்சந்திரன்:

தோத்தா வருத்தப்படாதேன்னு தட்டிக் கொடுக்குறதுக்கு தானே தனியா பரிமாறிக்கிட்டு சாப்பிடறது எப்படி

ரவிச்சந்திரன்:

ஒருத்தர் வேணுமா வேணாம்னு கேட்டு அன்பா பரிமாறி சாப்பிடறது எப்படி?

ரவிச்சந்திரன்:

எனக்கு உங்கள கல்யாணம் பண்ணிக்க ரொம்ப விருப்பம்

ரவிச்சந்திரன்:

ஆனா நீங்க என்னதான் கல்யாணம் பண்ணிக்கணும்னு நான் சொல்லலை.

ரவிச்சந்திரன்:

யாரை வேணுனாலும் பண்ணிக்கங்க உங்களோட நல்ல ஃப்ரண்ட்டா நான் இதைச் சொல்றேன். உங்களோட லைஃப் நிச்சயமா பெட்டரா இருக்கும்.

காட்சி 57: பானு ப்ளாட் /பகல்

பானு ரவிச்சந்திரனுக்கு போன் செய்கிறாள்

பானு:

> **ஈவ்னிங் பேசறப்போ சொன்னீங்களே ஒரு உதாரணத்துக்கு என்னைக் கல்யாணம் பண்ணிக்கறேன்னு சொன்னீங்க. அது வெறும் உதாரணம்தானா? இல்ல நெஜமாவே...**

மறுமுனையில் ரவிச்சந்திரன் போன் எடுத்துப் பேசுகிறான்

காட்சி 58: பானு வீடு /பகல்

பானுவின் அம்மா அப்பா அண்ணன் மூவரும் பானுவின் கல்யாண விஷயம் பற்றிப் பேசுகிறார்கள்

அண்ணன்:

> **ரவிச்சந்திரன்னு பேரு என் கூட ஒர்க் பண்றான். நல்ல அழகா இருப்பான். நல்ல பையன். அவனுக்கு நம்ம பானுவை பத்தி எல்லாம் தெரியும். அவன் ஒத்துக்கிட்டான்பா கல்யாணத்துக்கு**

(பேசுகிறேன் பேசுகிறேன் பாடல்)

montage

(பானுவும் ரவிச்சந்திரனும் சந்தோஷமாக இருக்கிறார்கள்)

காட்சி 58அ: பானு வீடு /பகல்

பானுவிற்கும் ரவிச்சந்திரனுக்கும் கல்யாணம் நடக்கிறது

அப்பா:

> **மாப்பிள்ள.. கிழக்க பாத்து மாப்பிள்ளை பக்கத்துல நில்லுமா**

அண்ணன்:

> **கங்ராட்ஸ்டா**

அப்பா:

> **சகலவிதமான செல்வங்களைப் பெற்று வாழ்க வளமுடன்**

அண்ணன்:

விஸ் யூ எ ஹேப்பி மேரிட் லைப், நல்லாயிரும்மா

காட்சி 58ஆ: பானு வீடு /பகல்

அண்ணன் பானுவின் பழைய கல்யாண போட்டோவை எடுக்கிறான். ரத்னவேல், பானு திருமண போட்டோ இருக்கிறது

பானு ரவிச்சந்திரன் இருவரும் சந்தோஷமாக விளையாடிக் கொண்டிருக்கிறார்கள்

அண்ணன் ஆல்பத்தைக் கொளுத்துகிறான்

ஆல்பம் எரிகிறது

பானு:

ஏய் என்னது இது?

அண்ணன்:

ரத்னவேல்

காட்சி 59: புது வீடு /பகல்

பானு மற்றும் அனைவரும் பொருட்களை இறக்குகிறார்கள் அனைவரும் வீட்டில் அமர்ந்திருக்கிறார்கள்

அப்பா:

மாப்பிள்ள வீடு ரொம்ப பிரமாதம். இந்த வீட்டையே நீங்க வாங்கணும் அதான் என் ஆசை. கிடுகிடுன்னு ஒரு பத்துப் பிள்ளைய பெத்துக்கிட்டு வீடு முழுக்க அலைய விடணும்.

அண்ணன்:

சின்ன வயசுலருந்தே இந்த வீட்ட நர்சரி ஸ்கூலா மாத்தணுங்கறதுதான் அப்பாவோட பிளான்.

அப்பா:

அம்மாதான் ஆயா... ஸ்கூலுக்கு

காட்சி 59அ: புது வீடு சாலை /பகல்

பானுவும் ரவிச்சந்திரனும் காரில் கிளம்புகிறார்கள்

ரவிச்சந்திரன்:

அண்ணன் கொடுத்த கிஃப்ட்ல்ல

பானு:

ம்...

ரவிச்சந்திரன்:

அதான் பாசமலர் வாசனை வருது

பானு:

ம்...

அப்பா வீட்டினுள் பேமிலி ட்ரீ சார்ட்டில் ரத்னவேலு என்ற பெயரை அடித்து ரவிச்சந்திரன் என்று எழுதுகிறார்.

காட்சி 60: ரயில் /பகல்

ட்ரெயினில் பானு, ரவிச்சந்திரன் போகிறார்கள்

கார்ட்ஸ் விளையாடுகிறார்கள்

ரவிச்சந்திரன் கடையில் பொருள் வாங்க இறங்குகிறான்

பானு அசந்து தூங்கிக்கொண்டிருக்கிறாள்

ரவிச்சந்திரன் வாட்டர் பாட்டில் வாங்கிக்கொண்டிருக்கிறான்

டிரெயின் மூவ் ஆகிறது.

ரவிச்சந்திரன் ஓடி வருகிறான்

ரவிச்சந்திரன் ஓடிப் போய் ரயிலைப் பிடிக்க முயற்சிக்கிறான்

மீண்டும் ஒருமுறை ரயிலைப் பிடிக்க முயற்சிக்கிறான்

ரத்னவேல், ரவிச்சந்திரன் கையைப் பிடிக்க உதவுகிறான்

ரத்னவேல் கை கொடுத்ததால் ரவிச்சந்திரன் ரயிலுக்குள் வருகிறான்

ரவிச்சந்திரன்:

தேங்க்யு சார்

ரத்னவேல்:

வெல்கம்

இருவரும் சிரித்துக்கொள்கிறார்கள்

INTERMISSION

காட்சி 60அ: ரயில் /பகல்

ரவிச்சந்திரன், ரத்னவேல் இருவரும் ரயிலில் அறிமுகம் செய்து கொள்கின்றனர்

ரவிச்சந்திரன்:

கொச்சின் வர்றதுக்கு இன்னும் எவ்வளவு நேரம் ஆகும் சார்?

ரத்னவேல்:

கொச்சின் ஸ்டேஷன் இல்ல எர்ணாகுளம் ஜங்ஷன்தான் ஸ்டேஷன்

ரவிச்சந்திரன்:

எப்படி சார் ட்ரெயின பத்தி இதெல்லாம் டக் டக்னு சொல்றீங்க

ரத்னவேல்:

ரயில்வேல ஓர்க் பண்ணிட்டு இருந்தேன்

ரவிச்சந்திரன்:

ஓர்க் பண்ணிட்டு இருந்தேன்னா? இப்போ

ரத்னவேல்:

ஹாக்கி கோச்சா இருக்கேன். ஃபோர்த் கொச்சின் ஸ்கூல்ல

ரத்னவேல்:

நீங்க எங்க ஓர்க் பண்றீங்க பாக்க செம ஸ்மார்ட்டா இருக்கீங்க

நல்ல திக்கா மீசை வச்சுருக்கீங்க டி. வி. சீரியல் ஹீரோவா? சாரி சார் நான் சீரியல்லாம் பாக்கிறது இல்ல சும்மா கேட்டேன்.

ரவிச்சந்திரன்:

இல்ல இல்ல நான் ஒரு சாஃப்ட்வேர் இன்ஜினியர் எஃப்லெக்ஸ் பேங்கிங் சொலுஷன்ஸ்ல ஒர்க் பண்ணிட்டுருக்கேன்.

ரத்னவேல்:

ஓ...

ரவிச்சந்திரன்:

கொச்சின்ல ஒரு ப்ராஜக்ட்டுக்காகப் போறேன். ஓகே சார் நான் பெர்த்துக்குப் போறேன்

ரத்னவேல்:

ஓகே.

ரவிச்சந்திரன்:

தேங்க்யு ஒன்ஸ் அ கெய்ன்

ரத்னவேல்:

எக்ஸ்க்யூஸ்மீ சார் ஒரு நிமிஷம்

(inset)

பானு பெர்த்தில் தூங்கிக்கொண்டிருக்கிறாள்

ரத்னவேல்:

படிக்க ஏதாவது மேகசின்ஸ் இருக்கா?

ரவிச்சந்திரன்:

ம்.. குங்குமம் ஓகேவா?

ரத்னவேல்:

ஓகே

ரவிச்சந்திரன்:

வாங்க

ரவிச்சந்திரன், ரத்னவேலை பானு தூங்கிக் கொண்டிருக்கும் பெர்த்திற்கு அழைத்து வருகிறான்

பானு பெர்த்தில் தூங்கிக்கொண்டிருக்கிறாள்

ரவிச்சந்திரன்:

ஏம்மா இல்ல பரவால்ல ஏம்மா அந்த குங்குமம் கொஞ்சம் குடு

பானு தூக்கக் கலக்கத்தில் புத்தகத்தை எடுத்துக் கொடுக்கிறாள்

பானு:

ம்...

ரவிச்சந்திரன்:

அந்தக் குங்குமம்

பானு திரும்பாமல் குங்குமத்தைத் தூக்கக் கலக்கத்தில் எடுத்து ரவிச்சந்திரனிடம் கொடுக்கிறாள்

ரவிச்சந்திரன்:

ஓகே

இறங்கவேண்டிய ரயில்வே ஸ்டேஷன் வருகிறது

யா... வித்தின் ஹாஃப்பனவர்

ரத்னவேல், ரவிச்சந்திரனிடம் குங்குமம் புக் கொடுத்துவிட்டு திரும்பிப் போக, பிறகு பானு வருகிறாள். ரவிச்சந்திரன் பானு இறங்குகிறார்கள்.

மற்ற பயணிகள் ஸ்டேஷனில் இறங்குகிறார்கள்

ரவிச்சந்திரன்:

ஓகே

பானு:

போலாமா?

(inset)

கொச்சின் ரயில் பாலம்

கொச்சின் ரயில் பாலம்

கொச்சின் கப்பல் துறைமுகம்

கப்பல் வருவது

E-FLEX CORPORATE OFFICE

Edapally Cochin

காட்சி 61: ரயில் /பகல்

ரவிச்சந்திரன் தன்னுடைய குழு உறுப்பினர்களிடம் தன்னை அறிமுகம்படுத்திக்கொள்கிறான்

ரவிச்சந்திரன்:

ஹாய் GUYS நான்தான் ரவிச்சந்திரன், ஹெட் ஆஃப் டெக்னாலஜியா சார்ஜ் எடுத்துருக்கேன். Co banking coversion projectக்கு நான்தான் ஹெட், இனிமே ONE MONTH கொச்சின். நானும் என்னை நீங்களும் பொறுத்துதான் ஆகணும்.

காட்சி 62: Subway Restaurant/ இரவு

SUBWAY RESTAURANT

ரவிச்சந்திரன், பானுவும் ரெஸ்டாரன்டில் அமர்ந்து பேசிக்கொள்கிறார்கள்

ரவிச்சந்திரன்:

பெண்களை மதிக்கணும்னு சொல்லிக்கொடுத்ததே எங்க அப்பாதான். பெண் சுதந்திரத்துல 100% நம்பிக்கை இருக்குற ஆள் நான்

பானு:

அம்மா போய்ட்டாங்க தெரியும். உங்க அப்பா?

ரவிச்சந்திரன்:

அய்யோ... அப்பா இருக்காரு கிட்டத்தட்ட சன்னியாசியா... அம்மா தான் அவருக்கு உயிர். அவங்க இறந்ததும் வாழறதுக்கே

இன்ட்ரஸ்ட் குறைஞ்சு போய்... கொல்லூர் மூகாம்பிகை கோயில்ல செட்டில் ஆயிட்டார் அங்க நெத்திக்கு இட்டுக்கிற குங்குமம் தயார் பண்ணி பாக்கெட் போட்டு விக்கிறார். ஒரு சர்வீஸா...

பானு மெல்ல சிரிக்கிறாள்

ரவிச்சந்திரன்:

நீ சிரிக்கும் போது எங்க அம்மா மாதிரியே இருக்க ஆனா எங்க சிரிக்கிற?

அதைக் கேட்டு பானு நன்றாக வாய்விட்டுச் சிரிக்கிறாள்.

காட்சி 63: நீச்சல் குளம் /பகல்

ஒருவர் நீச்சல் குளத்தில் குதிக்கிறார்

ரயிலில் பார்த்த ரத்னவேல் நீச்சல் குளம் அருகில் நிற்பதை ரவிச்சந்திரன் பார்க்கிறான்

ரவிச்சந்திரன்:

ஹலோ சார் ஞாபகம் இருக்கா? ஆலப்பி எக்ஸ்பிரஸ்ல மீட்பண்ணமே, என் ரூம் நம்பர் 505, நீங்களும் இதே ஹோட்டல்லயா தங்கியிருக்கீங்க

ரத்னவேல்:

இல்ல நான் இந்த ஹோட்டல் ரெகுலர் விசிட்டர்

ரவிச்சந்திரன்:

ஓ...

ரத்னவேல்:

என் வீடு இங்கதான் பக்கத்துல இருக்கு

ரவிச்சந்திரன்:

ம்... காபி சாப்பிடலாமா

ரத்னவேல்:

நான் சொன்னா இங்கேயே கொண்டு வருவாங்களே பேரர்

ரவிச்சந்திரன்:

சார்... சார் என் ரூமுக்குப் போயி காபி சாப்பிடலாம் வாங்க. பானு தன் ரூமில் இருந்து தலை சீவுவது காண்பிக்கப்படுகிறது.

ரத்னவேல்:

அதென்னது சார் 'ஆர்' புது ப்ரண்டா எனக்கு ரேமண்ட்ஸ் தெரியும்

காட்சி 63அ: Hotel /பகல்

ரவிச்சந்திரன், ரத்னவேல் இருவரும் பேசிக்கொண்டே ஹோட்டலுக்குள் வருகிறார்கள்

ரவிச்சந்திரன்:

'ஆர்' ன்னா ரவிச்சந்திரன் ப்ராண்ட் இல்ல என் பேரு. என் ஒய்ஃப் ஆசையா எம்ராய்டரி போட்டுக் கொடுத்தது.

பானு ஆசையாக ரவிச்சந்திரனிடம் பேச போன் பண்ணுகிறாள்

ரத்னவேல்:

என்ன சொன்னீங்க நம்பர் 505 ஆ..? காபி குடிக்க ஏன் சார் அவ்வளவு தூரம் போகணும். ரெஸ்டாரன்ட் போகலாமே

ரவிச்சந்திரன்:

ஒன் மினிட்

மறுமுனையில் பானு போன் பேசுகிறாள்

பானு:

ஏ... சாஃப்ட்வேர் எஞ்சினியர் ரொம்ப ஹார்டா இருக்குறேன் எப்போ திரும்பி வருவீங்க

ரவிச்சந்திரன்:

இதோ வரேன்ம்மா.. லாபில இருக்கேன். ரெஸ்டாரன்ட்ல காபி சாப்பிடறதுக்கும் என் ரூம்ல காபி சாப்பிடறதுக்கும் ஒரு அழகான டிஃப்ரன்ஸ் இருக்கு, மை ஒய்ஃப் என் ரூம்க்கு வந்தீங்கன்னா என் ஒய்ஃப்ப மீட் பண்ணலாம்

ரத்னவேல்:

அழகா இருக்கணும்னு இல்ல சார் சுமாரா இருந்தா கூட நான் வந்து மீட் பண்ணுவேன்.

ரவிச்சந்திரன்:

ஹலோ:

மறுமுனையில் பானு போன் பேசுகிறாள்

பானு:

எங்க இருக்கீங்க..

ரவிச்சந்திரன்:

என்னமா? (BV)

பானு:

வெய்ட் பண்ணிட்டிருக்கேன்ல சீக்கிரமா வாங்க

ரவிச்சந்திரன்:

வந்துட்டே இருக்கேம்மா என் கூட ஒருத்தர் இருக்கார் அவரையும் ரூமுக்குக் கூட்டிட்டு வரேன் ஓகே

ரத்னவேல்:

அதுக்குள்ள இரண்டு தடவை போன்... சந்தேகப்படுறாங்களோ

ரவிச்சந்திரன்:

சந்தோஷப்பட்டா கூட அடிக்கடி போன் பண்ணலாம். சார் இது கிட்டத்தட்ட எங்க ஹனிமூன் மாதிரி... இப்பதான் கல்யாணம் ஆகியிருக்கு. என் ஒய்ஃப் என் மேல ரொம்ப ஆசையா இருக்காங்க

ரத்னவேல்:

ம்... சாரி சார்

ரவிச்சந்திரன்:

என் ஒய்ஃப் என் மேல ஆசையா இருக்கிறதுக்கு நீங்க எதுக்கு சார் சாரி சொல்லணும் வாங்க...

இருவரும் நடக்கிறார்கள் ரவியின் மொபைல் தவறிக் கீழே விழுகிறது

போன் கால் வருகிறது

அதில் பானுவின் போட்டோவும் வருகிறது

ரத்னவேல் சார் உங்க மொபைல் (BV)

ரத்னவேல் மொபைலை எடுத்துப் பார்த்துத் திகைத்து நிற்கின்றான்

ரவிச்சந்திரன் ரத்னவேலிடம் போனை வாங்க

ரவிச்சந்திரன்:

எக்ஸ்க்யூஸ்மி என்னம்மா

பானு:

போன் எடுக்க எவ்வளவு நேரம்

ரவிச்சந்திரன்:

இதோ இன்னும் ரெண்டு நிமிஷத்துல ரூம்ல இருக்கேன். சாரி ப்ரண்ட்ஸ் மாதிரி பழகிட்டோம். ஆனா உங்க பேரு கூட எனக்குத் தெரியாது பேரைச் சொல்லுங்க சார்...

ரத்னவேல்:

ராமநாதன்

ரவிச்சந்திரன்:

ஓகே மிஸ்டர் ராமநாதன் இன்னும் அடுத்த கால் வர்றதுக்கு முன்னாடி நம்ம ரூம்க்குப் போயிடுவோம். வாங்க

காட்சி 64: ரவிச்சந்திரன் Room (Hotel) /பகல்

ரவிச்சந்திரன்:

வாங்க சார் வாங்க

யாரோ வருவதை எதிர்பார்த்திருந்த பானு, யாருமில்லாததால் ஏமாறுகிறாள்

பானு:

அச்சோ

ரவிச்சந்திரன்:

நேத்து டிரெயின்ல ஒருத்தர மீட் பண்ணேன்ல அவரை ஸ்விம்மிங் பூல்ல பாத்தேன் ரூம்க்கு கூப்பிட்டேன். கோரிடர் வரைக்கும் வந்தவரு திடீர்னு ஏதோ வேலை ஞாபகத்துக்கு வந்ததுன்னு கிளம்பிட்டாரு

பானு:

நீங்க எப்போ பொய் சொல்றீங்க, எப்ப நிஜம் சொல்றீங்கன்னே தெரியல.

பானு கதவை மூடுகிறாள்

ரவிச்சந்திரன் பானுவை இறுக்கமாகக் கட்டி அணைக்கிறான்

பானு வெட்கப்படுகிறாள்

ரவிச்சந்திரன்:

ஒண்ணு, ரெண்டு, மூணு... மூணு போன் பண்ணதுக்கு போனுக்கு ரெண்டு கேன்னா கூட மொத்தம் ஆறுகே கொடுத்தாகணும்

பானு:

அடி வாங்குவீங்க. ஆறு கேனு சொல்லிச் சொல்லி காலைல இருந்து மொத்தம் பத்து ஆகியிருக்கு

ரவிச்சந்திரன்:

ஓகே... பதினொண்ணு பன்னிரெண்டு...

காட்சி 65: சாலை /பகல்

ரவிச்சந்திரன் பானு ஊர் சுற்றுவதை ரத்னவேல் பார்க்கிறான். ரத்னவேல் கோபமாக இருவரையும் பார்க்கிறான்.

காட்சி 66: மெடிக்கல் /இரவு

ரவிச்சந்திரன் மெடிக்கலில் எதையோ வாங்குகிறான்

ரத்னவேல் அதை பைக்கில் நின்று பார்க்கிறான்

ரவிச்சந்திரன் சென்றவுடன், ரத்னவேல் மெடிக்கலுக்குச் செல்கிறான்

ரத்னவேல்:

சேட்டா ஒரு மினிட்

கடைக்காரர்:

எந்தா

ரத்னவேல்:

ஆய் ஆளு எந்தா வாங்கி (மலையாளத்தில்)

கடைக்காரர்:

ஆறு

ரத்னவேல்:

ஆய் ஆளு

கடைக்காரர்:

அதென்னுயுடு (மலையாளம்)

கடைக்காரர் காண்டம் போஸ்ட்டரை காண்பிக்கிறார்

ரத்னவேல் கோபப்படுகிறான்

ரத்னவேல் மது அருந்துகிறான்

ரத்னவேல் பழைய நினைவுகளை நினைத்துப் பார்க்கிறான்

ரத்னவேல் பாட்டிலைத் தூக்கி எறிகிறான்

ரவிச்சந்திரனும் பானுவும் கட்டிலில் அமர்ந்து படம் பார்க்கிறார்கள்

(கிருஷ்ணா கிருஷ்ணா கிருஷ்ணா)

(காதல் பெரியதா காமம் பெரியதா பாடல்)

காட்சி 67: Office/பகல்

ரவிச்சந்திரன் ஆபிசில் போன் பேசிக்கொண்டிருக்கிறான்

ரவிச்சந்திரன்:

ஷான் ஃப்ரான்சிஸ்கோல இருந்து ஸ்டேட்மென்ட் ஆப் ஊத்

வந்திருக்கு. அதுக்கு எஸ்.ஆர்.எஸ்.ரெடி பண்ணிட்டியா? பெய்டு ஸ்கேல் என்னாச்சு. யா கெட் பேக் டூ மீ தேங்க்ஸ்...

ரவிச்சந்திரனின் செல்போனிற்கு கால் வருகிறது

ஹலோ...

ரத்னவேல்:

வணக்கம் மிஸ்டர் ரவி சார் தெரியுதா?

ரவிச்சந்திரன்:

போன்லலாம் தெரியாதுங்க. யார் நீங்க

மறுமுனையில் ரத்னவேல் பேசுகிறான்

ரத்னவேல்:

நான் தான் ராமநாதன்

ரவிச்சந்திரன்:

ஆம்... சொல்லுங்க சார்

ரத்னவேல்:

என்ன பண்றீங்க

ரவிச்சந்திரன்:

இப்பவா... ஒரு நல்ல காபி சாப்பிடுறேன்

ரத்னவேல்:

காபி சாப்பிடாதீங்க. ஏன்னா நான் வந்ததே உங்கள என் வீட்டுக்கு காபி சாப்பிட இன்வைட் பண்ணதான். கொச்சின்ல எனக்குத் தெரிஞ்ச ஒரே தமிழர் நீங்கதானே சார். அதான் இந்த சிம்பிள் இன்விடேஷன்

ரவிச்சந்திரன்:

இன்விடேஷன் அக்செப்டட்

ரத்னவேல்:

இன்னைக்கு வேலை முடிஞ்சதா, இப்ப வரட்டுமா

ரவிச்சந்திரன்:

எங்க ஆபிஸ்க்கா

ரத்னவேல்:

ஏன் உங்க ஆபீஸ்க்கு வரக் கூடாதா

ரவிச்சந்திரன்:

தாராளமா வரலாம்

ரத்னவேல்:

மேரின் டிரைவ்தானே ஜஸ்ட் பத்தே நிமிஷம் உங்க ஆபீஸ் வாசல்ல இருப்பேன்.

ரவிச்சந்திரன்:

ஏற்கனவே, நீங்க எங்க ஆபீஸ்குள்ளதான் இருக்கீங்க என்ன ஃபூல் பண்ண முடியாது. ஆபீஸ்க்கு வந்தா என் கேபின்க்கு வாங்க

காட்சி 67அ: Office/பகல்(ரவிச்சந்திரன் கேபின்)

ரவிச்சந்திரன் சாரில் அமைத்திருக்கிறான் ரத்னவேல் உள்ளே வருகிறான்

ரத்னவேல்:

ஹலோ சார்...

ரவிச்சந்திரன்:

வெல்கம் என் கையை ரெட் கார்பட்டா நினைச்சுக்கங்க முதல் வாட்டி எங்க ஆபீஸ்க்கு வந்திருக்கீங்க என்னையே காபி குடிக்க வேண்டாம்னு நிறுத்திட்டீங்க. உங்களுக்கு என்ன கொடுக்கலாம் செல்லமா ஒரு அடி கொடுக்கலாமா

ரத்னவேல்:

ஆஹா... கொடுங்க நான் ரெடி.. தலையே வெடிச்சிரும் போல இருக்கு. முதுகுல கூட கண் இல்ல. எப்படி சார். நான் வந்ததை கரெக்டா சொன்னீங்க. திரும்பிப் பாக்காமலேயே

ரவிச்சந்திரன்:

திரும்பணுங்கிறது இல்ல சார். எட்டிப் பாத்தா போதும். நீங்க ஆட்டோல வந்து இறங்குனத நான் பாத்தேன். வீட்டு கீயா அது தூக்கிப்போட்டு புடிச்சீங்களே நல்ல கேட்ச் புடிக்கிறீங்க சார்.

ஆபீஸ் மேன் உள்ளே வந்து ஒரு தகவலை ரவிச்சந்திரனிடம் சொல்கிறான்

ஆபீஸ் மேன்:

எக்ஸ்க்யூஸ்மீ

ரத்னவேல்:

ஸ்போர்ட்ஸ் பெர்சன் சார்.

ஆபீஸ் மேன்:

உங்கள சீனியர் விபி பாக்கணுமா

ரவிச்சந்திரன்:

ஓகே வரேன். இஃப் யூ டோன்ட் மைண்ட் ... கொஞ்சம் ரிசப்ஷன்ல வெய்ட் பண்றீங்களா

காட்சி 67ஆ: Office/பகல்(ரிசப்ஷன்))

பானு ரவிச்சந்திரன் ஆபிசுக்கு வருகிறாள்

ரத்னவேல் ரிசப்ஷனில் காத்திருக்கிறான்

பானு:

எக்ஸ்யூஸ்மி

ரிசப்ஷனிஸ்ட்:

எஸ்

பானு:

ஹெட் ஆஃப் என்ஜினியரிங் மிஸ்டர் ரவிச்சந்திரனோட ஓய்ஃப் நான்... அவர் என்ன ஆபீஸ்க்கு வரச் சொல்லிருந்தாரு

ரிசப்ஷனிஸ்ட்:

ஓகே

பானு:

கொஞ்சம் இன்பார்ம் பண்ணிடறீங்களா, நான் வேணா ரிசப்ஷன்ல வெய்ட் பண்றேன்.

ரிசப்ஷனிஸ்ட்:

வேண்டாம்... வேண்டாம். நீங்க கேபின்லயே வெய்ட் பண்ணுங்க

பானு:

பரவாயில்ல ரிசப்ஷன்லயே வெய்ட் பண்றேன்.

ரிசப்ஷனிஸ்ட்:

அப்புறம் சார் கோவிச்சுப்பாரு. நீங்க கேபின்லயே வெய்ட் பண்ணுங்க

பானு ரவிச்சந்திரன் கேபினுக்குள் போவது

ரத்னவேல் பானுவை பார்த்ததில் திகைத்து நிற்கிறான்

பானு கேபினில் காத்திருக்கிறாள்

ஆபீஸ் மேன்:

சார் ஒரு சின்ன ஹெல்ப் ரவிச்சந்திரன் சார் ஓய்ஃப் வந்திருக்காங்க கேபின்ல வெய்ட் பண்றாங்க. கொஞ்சம் சொல்லிட்றீங்களா

ரத்னவேல்:

சரி

ஆபீஸ் மேன்:

தேங்க்யு சார்

பானு கேபினில் காத்திருக்கிறாள்

காட்சி 68: கார் /பகல்

ரவிச்சந்திரன், ரத்னவேல் இருவரும் காரில் செல்கிறார்கள்

ரவிச்சந்திரன்:

அந்த பைல் கொஞ்சம் பாஸ் பண்றீங்களா

ரத்னவேல்:

இந்தாங்க சார்

ரவிச்சந்திரன்:

தேங்க்ஸ்

ரத்னவேல்:

ஆனாலும் ஆபிஸ்க்கு ரொம்ப உழைக்குறீங்க சார்

ரவிச்சந்திரன்:

என்ன குழந்தை மாதிரி மடியிலேயே வச்சிருக்கேன்னு பாக்குறீங்களா ஆபீஸ்சோட முக்கியமான டாக்குமெண்ட்ஸ் அதான

ரத்னவேல்:

அப்ப உங்க குழந்தை எங்க தலைல வச்சிப்பீங்களா

ரவிச்சந்திரன்:

ஸுவர் ஏன் உங்க குழந்தைய நீங்க அப்படி வச்சுக்க மாட்டீங்களா?

ரத்னவேல்:

சார் இப்ப நீங்க உச் உச்சுனு சொல்லணும். ஏன்னா எனக்குக் குழந்தையே கிடையாது

ரவிச்சந்திரன்:

ஐயையோ ஏன்

ரத்னவேல்:

ஏன்னா எனக்குக் கல்யாணமே ஆகலை

ரவிச்சந்திரனுக்கு பானுவிடமிருந்து போன் கால் வருகிறது

பானு:

ஹலோ என்ன ஆபீஸ்க்கு வரச் சொல்லிட்டு நீங்க எங்க போயிட்டீங்க

ரவிச்சந்திரன்:

ஐயோ... உன்னை வர சொன்னதையே மறந்துட்டேன்மா

பானு:

உம் என்னையாவது ஞாபகம் இருக்கா, உங்க ஓய்ஃப் பேர் பானு

ரவிச்சந்திரன்:

சிரிப்புடன் கோவிச்சுக்காதமா ப்ரண்ட் காபி சாப்பிட கூப்பிட்டாரு. நீ ஹோட்டல்க்கு போயிடு நான் சீக்கிரம் வந்துடறேன் ஓகே, ம்...

பானு:

நான் வெயிட் பண்ற சீக்கிரம் வாங்க (BV)

ரவிச்சந்திரன்:

...ஓகே

காட்சி 69: ரத்னவேல் வீடு /பகல்

ரவிச்சந்திரனும் ரத்னவேலும் காரை விட்டு இறங்கிச் செல்கின்றனர்

ரத்னவேல்:

வாங்க

ரவிச்சந்திரன்:

பாத்தீங்களா சார் எங்க ஆபிஸ் ஸ்டாஃப் என் ஒய்ப் வெய்ட் பண்றாங்கன்னு எவங்கிட்டயோ சொல்லச் சொல்லியிருக்காங்க அந்த மாங்கா மடையன் சொல்லவே இல்லை

ரத்னவேல் ஒன்றும் தெரியாதது போல் இருமுகிறான்.

ரத்னவேல்:

சாரி சார்... வலது காலை எடுத்து வச்சு வாங்க

காட்சி 69அ: ரத்னவேல் வீடு /பகல்

ரத்னவேல் காபி போடுகிறான்

ரவிச்சந்திரன் சாரில் அமர்ந்திருக்கிறான்

ரவிச்சந்திரன்:

உங்களுக்கு மலையாளம் படிக்கத் தெரியுமா?

ரத்னவேல்:

அம்மா மலையாளி சார். ஊரு வடக்கன் சேரி டு மினிட்ஸ் காபி ரெடியாயிரும்.

ரவிச்சந்திரன்:

ம்... உங்க பாத்ரூம் நான் யூஸ் பண்ணிக்கலாமா

ரத்னவேல்:

தாராளமா திரும்பிப் பாருங்க படிக்கட்டு தெரியுதா கீழே தண்ணி வரலை மாடி பாத்ரூம்ம யூஸ் பண்ணிக்கங்க

ரவிச்சந்திரன் மாடிக்குச் செல்கிறான்

ரத்னவேல் வெளியே ஓடிவருகிறான்

ரவிச்சந்திரன் மாடி பாத்ரூமிற்குள் செல்கிறான்

ரத்னவேல் காரில் உள்ள பைல்சை எடுக்கிறான்

ரவிச்சந்திரன் பாத்ரூமில் இருக்கிறான்

ரத்னவேல் பேப்பர்சை தூக்கி எறிகிறான்

ரத்னவேல் கல்லை எடுத்து கார் கண்ணாடியை உடைக்கிறான்

ரத்னவேல் வீட்டிற்குள் ஓடுகிறான்

ரவிச்சந்திரன் எதோ சத்தம் கேட்டு

ரவிச்சந்திரன் கிழே ஓடி வருகிறான்

ரவிச்சந்திரன் கார் அருகில் வந்து பார்கிறான்

கார் அருகில் கலைந்து கிடைக்கும் பேப்பரை ஒவ்வொன்றாக எடுத்துப்பார்க்கிறான்

காட்சி 69ஆ: ரத்னவேல் வீடு /பகல்

ரத்னவேல் ஒன்றுமே தெரியாதது போல் வருகிறான்

ரத்னவேல்:

என்னாச்சு சார்... ஆபீசோட முக்கியமான பைல்னு கார்ல வரும் போது மடியிலேயே வச்சுட்டு வந்தீங்க.. ஐயையோ எத்தனை இருக்கோ எத்தனை போச்சோ. பாவிங்க யாரோ இப்படி உடைச்சிருக்கானுங்க..

ரவிச்சந்திரன்:

யாரோ இல்ல சார் நீங்கதான் உடைச்சிருக்கீங்க

ரத்னவேல்:

என்ன சார் உளறுறீங்க நீங்க பாத்தீங்களா

ரவிச்சந்திரன்:

பார்க்கலே. கெஸ் தான்.. லாஜிகல் கெஸ் மேலே இருந்து கீழே வாசல்க்கு வர்றதுக்கு 30 செகண்ட்ஸ் ஆகுமா மேக்சிமம் இந்த பூத் பங்களால உங்கள தவிர யாரும் இல்ல கண்ணுக்குத்

தெரியற இடம் வரைக்கும் யாரையுமே காணும். கல் எறிஞ்சவன் காணாம போறதுக்கு ஒன் மினிட் ஆகுமா அட்லீஸ்ட்

ரத்னவேல்:

நானே உங்கள வீட்டுக்குக் கூப்பிட்டு நானே எதுக்கு சார் கல்லடிக்கப் போறேன் உங்க கார் மேல

ரவிச்சந்திரன்:

அதான் புரியல. அது மட்டும்தான் புரியல ச்... ஸ்கிப்பிட்... உங்களால எனக்கு லாபமா, நஷ்டமானு டாஸ் போட்டுப் பாத்தேன் நீங்க எனக்கு பேட் லக் கொண்டு வருவீங்கன்னு இந்த காய்ன் சொல்லுது. எதுக்கோ உங்களுக்கு என் மேல கோபம். ஆரம்பத்துல இருந்தே நமக்குள்ள ஏதோ சரியில்ல சார். பேட் ஒய்ட்ஸ் பேட் கெமிஸ்ட்ரி உங்களுக்கும் எனக்கும் என்ன இருக்கு. இனிமே நாம மீட் பண்ண வேணாம். குட் பை...

ரவிச்சந்திரன் யோசித்தபடியே காரில் ஏறிச் செல்கிறான்

ரத்னவேல் காரை நின்று பார்க்கிறான்

கார் தூரமாகச் செல்கிறது

காட்சி 70: ரயில் நிலையம்/பகல்

ரவிச்சந்திரன் பானுவை ரயிலில் ஏற்றிவிடுகிறான்

ரவிச்சந்திரன் பானுவை சென்னையில் இருக்கும் வீட்டிற்கு அனுப்புகிறான்

ரயில் புறப்படுகிறது

ரயில் ஓரிடத்தில் நிற்கும்போது பானு சாப்பிடுகிறாள்

பானுவிற்கு அடுத்த கம்பார்ட்மெண்டில் ரத்னவேல் இருக்கிறான்

ரத்னவேல் பானுவைப் பின்தொடர்கிறான்

ரத்னவேல் பானுவைப் பார்க்கிறான்

காட்சி 71: ரவிச்சந்திரன் வீடு /பகல்

பானு சென்னையில் இருக்கும் ரவிச்சந்திரன் வீட்டிற்கு ஆட்டோவில் வருகிறாள்

பானு:

எவ்ளோ ஆச்சுங்க

டிரைவர்:

60 ரூபா ஆச்சும்மா

பானு:

அந்த பேக்க எடுத்துக் கீழ வச்சிருங்களே ப்ளீஸ்

டிரைவர்:

சரிம்மா

பானு:

தேங்க்ஸ். CHANGE வச்சிக்கோங்க

ரத்னவேல் ஆட்டோவை பாலோ செய்து ரவிச்சந்திரன் வீட்டிற்கு அருகில் வந்து நிற்கிறான்

(ரத்னவேல் ஃபுல் தண்ணி அடிக்கிறான்)

(எந்தக் குதிரையில் வருவான் எப்போது வருவானோ.... பாடல்)

காட்சி 72 : கார் ஷெட்/பகல்

ரத்னவேல் கார் ஷெட்டில் கார் வாங்குகிறான்

ரத்னவேல் புது காரில் போகிறான்

காட்சி 73 : அரசுப் பொது மருத்துவமனை/பகல்

கார் அரசுப் பொது மருத்துவமனை முன் நிற்கிறது

ரத்னவேல் டாய்லட்டுக்குள் போகிறான்

ஊழியர் ஒருவர் டாய்லட்டுக்குள் வருகிறான்

ரத்னவேல் அவனைப் பார்க்கிறான்

ஊழியர் ரத்னவேலை பார்க்கிறான்

ரத்னவேல் நடந்து செல்கிறான்

ரத்னவேல் பணத்தை பார்சல் பண்ணி வைக்கிறான்

ஊழியர் பார்க்கிறான்

ரத்னவேல் சைகை காட்டுகிறான்

ஊழியர் ஓடிவந்து பார்சலைப் பிரித்துப் பார்ப்பது பணம் இருப்பதை உறுதிப்படுத்திக்கொள்கிறார்

காட்சி 73அ : அரசு பொது மருத்துவமனை/பகல்(பிணவறை)

ஊழியர் ரத்னவேலிடம் ஒரு பெண் பிணத்தை காட்டுகிறார்

ஊழியர்:

> **இது ஓகேவா? வலது கட்டை விரல்ல மச்சம் இருக்கு. நல்லா பாத்துக்க பெரிய டாக்டர் இதெல்லாம் கேக்க மாட்டாரு. கேட்டார்னா நீ மச்சத்தைப் பத்திச் சொல்லணும். பாடியை இப்படியே கொடுக்க மாட்டாங்க. கட்டிதான் கொடுப்பாங்க. கொடுத்த காசுக்கு வவுச்சர் கேக்க மாட்டியே வா...**

ரத்னவேல் வேனில் வருகிறான்

பானு வீட்டிற்கு எதிரில் மெழுகுவர்த்தி கடை இருக்கிறது

அதில் ரத்னவேல் மெழுகுவர்த்தி வாங்குகிறான்

காட்சி 74 : பானு வீடு /பகல்

பானு வீட்டில் துணி மடித்துக்கொண்டிருக்கிறாள்

காலிங் பெல் அடிக்கப்படுகிறது

பானு உள்ளிருந்து வருகிறாள்

ரத்னவேல் வீட்டினுள் நுழைந்து பானுவின் மூக்கை போத்தி மயக்கமடைய வைக்கிறான்

காட்சி 74 அ: பானு வீடு /இரவு

ஒரு பெண்ணின் பிணத்தை வேனிலிருந்து கொண்டு வருகிறான்

பானு அருகில் பெண் பிணத்தைப் போடுகிறான்

பானுவின் நகையெல்லாம் கழட்டி அந்தப் பெண் பிணத்துக்குப் போடுகிறான் பானுவை வேனில் படுக்க வைகிறான், வேனை தூரமாக நிறுத்துவிட்டு ரத்னவேல் வீட்டிற்கருகில் வருகிறான்

ரத்னவேல் இண்டேன் கேஸை ஓப்பன் செய்து மெழுகுவர்த்தியில் நெருப்பைப் பற்ற வைத்துத் தூக்கி எறிகிறான். வீடு தீப் பற்றி எரிகிறது

காட்சி 75: Hotel /பகல் (ரவிச்சந்திரன் தங்கிருக்கும் அறை)

போன் ரிங்காகிறது

ரவிச்சந்திரன் தூக்க கலக்கத்தில் போனை எடுத்து பேசுகிறான்

ரவிச்சந்திரன்:

ஹலோ...

கார் வேகமாகச் செல்கிறது

காட்சி 76: சாலை/பகல்

கார் வேகமாகச் செல்கிறது

பானு மயக்க நிலையில் இருக்கிறாள்

பானுவை வேனுக்குள் வைத்து ரத்னவேல் கடத்திச் செல்கிறான்

காட்சி 77: பானு வீடு /இரவு

பானுவைப் போல் உள்ள உடலைப் பார்த்து பானுவின் அப்பா அம்மா அண்ணன் அனைவரும் அழுகிறார்கள்

சங்கு

பானுவின் உடலைப் பார்த்து அனைவரும் அழுகிறார்கள்

ரவிச்சந்திரன் ஊரிலிருந்து வந்து பார்க்கிறான்

பானு போட்டோவுக்குப் பூப் போட்டிருக்கிறது

ரவிச்சந்திரன் அழுகிறான்

பானு அண்ணன் ரவிச்சந்திரனை சமாதானம் படுத்துகிறான்

ரவி குளிக்கிறான்

அண்ணன்:

போஸ்ட்மார்டத்தை அவாய்ட் பண்ண முடியலை. ஆனா, போலீஸ் கேஸ் அது இதுன்னு ஆகாம ப்ரண்ட்ஸ்ஸ வச்சு அட்ஜஸ்ட் பண்ணிட்டேன்.

காட்சி 78: சாலை/பகல்

கார் வேகமாகச் செல்கிறது

பானு மயக்க நிலையில் இருக்கிறாள்

காட்சி 79: சாலை /பகல்

ரத்னவேல் வீட்டிற்கருகில் வேன் வருகிறது

பானு காரினுள் இருக்கிறாள்

காட்சி 80: ரத்னவேல் வீடு /பகல்(கேரளா)

பானுவை வேனிலிருந்து தூக்கிக் கொண்டு வருகிறான்

வீட்டைத் திறக்கிறான்

மேல் மாடியில் தூக்கிக் கொண்டு வந்து ரூமில் அடைக்கிறான்

காட்சி 81: சாலை /பகல்

வீட்டினுள்ளிருந்து வெளியே வந்து ரத்னவேல் வேனை எடுக்கிறான்

வீட்டிற்கருகில் உள்ள சாலையில் வேன் போகிறது

வேன் யாருமே இல்லாத காட்டுப் பகுதிக்கு செல்கிறது

ரத்னவேல் நம்பர் பிளேட்டை குழியில் புதைக்கிறான், வேன் சாவியைத் தூக்கி எறிகிறான்.

ரத்னவேல் சாலையில் செல்லும் லாரியை மறைத்து ஏறுகிறான், பிறகு ரத்னவேல் கப்பலில் ஏறி யாருக்கும் தெரியாமல் வீட்டிற்கு வந்து சேருகிறான்.

காட்சி 82: ரத்னவேல் வீடு /பகல்

ரத்னவேல் குளிக்கிறான்

(inset)

ரத்னவேல் ஜவுளிக்கடையில் துணி வாங்குகிறான்

ஷாப்பிங் செய்கிறான்

தேவையான உணவுப் பொருட்கள் வாங்குகிறான்

காட்சி 82அ: ரத்னவேல் வீடு /பகல்

ரத்னவேல் துணிகளையும் உணவையும் எடுத்துக்கொண்டு மாடிப் படி ஏறுகிறான்

ரூம் கதவைத் திறந்து சுற்றிச் சுற்றிப் பார்க்கிறான்

பானு அழக்கூட தெம்பில்லாமல் ஓர் ஓரமாக நிற்கிறாள்

பானுவிற்கு சாப்பாட்டை வைத்துவிட்டு வெளியே செல்கிறான்

ரத்னவேல் சாப்பிடுகிறான்

ரத்னவேல் ஹாக்கி பேட்டுடன் வெளியே கிளம்புகிறான்

பைக் அருகில் சென்றவுடன் பானு குரல் கேட்கிறது

பைக்கை கீழே போட்டுவிட்டு மேல் மாடிக்கு ஓடுகிறான்

பானு:

> **காப்பாத்துங்க காப்பாத்துங்க ப்ளீஸ் ஹெல்ப் யாராவது இருக்கீங்களா**

ரத்னவேல் கதவைத் திறந்து பானுவை மொறைத்துப் பார்க்கிறான்

பானு பயப்படுகிறாள்

கீழே அமர்ந்து மயக்கமருந்தால் பானுவின் மூக்கை அடைக்கிறான்

பானு மயக்கமாகிறாள்

கிழே இருக்கும் டிவியைத் தூக்கி வந்து பானுவின் அறையில் வைக்கிறான்

ரத்னவேல் யோசித்தபடி விட்டை விட்டு வெளியே வருகிறான்

காட்சி 83: கடைக்காரர் வீடு /பகல்

ரத்னவேல்:

எந்த ரூமில் வல்லாத சத்தமுன்டு இந்த சிடி சாங் ரெக்கார்ட் செய்யும் தளமுண்டல்லோ

கடைக்காரர்:

அதே

ரத்னவேல்:

அவடே ஏ சௌண்ட் ப்ரூப் ஆக்குந்த மரத்தண்டே வாதுண்டாகு

கடைக்காரர்:

இன்சல்ட்டட் பெல்ட் இட்டு க்ளாஸ் உள் வச்சு பேக் செய்துங்கில் சௌண்ட் ப்ரூப் ஆகும்.

ரத்னவேல்:

பைசா எத்தனை ஆகும்

கடைக்காரர்:

செலவு குறைச்சு கூடும் பிரச்சனை ஏதுங்கில் சரியாக்கித் தரேன்

ரத்னவேல்:

ஆ... டோர் இவட இருக்குண்டோ இவட அது இஷ்டபோலுண்டு

கடைக்காரர்:

இவட அது இஸ்டம் போல உண்டு எம்.எஸ் ரத்னவேல் வீட்டில் சௌண்ட் ப்ரூப் டோர் ப்ரிப்பேர் செய்கிறான்.

பானு மயங்கிய நிலையில் படுத்திருக்கிறாள்.

பானு உட்கார்ந்திருக்க ரத்னவேல் டி.வி ஐ ஆன் செய்து கதவை மூடித் திறந்து சத்தம் கேட்கிறதா என செக் பண்ணி பின்பு அயர்ன் மேன் ஏரியாவில் வந்து காது வைத்து செக் பண்ணுவது. அயர்ன் மேனை பார்ப்பது எம்.எஸ்.ரத்னவேல் பானு ரூம் கதவை மூடி சாமிப் படங்களை அதன் மீது மாட்டுகிறான் சாமி கும்பிடுகிறான்.

காட்சி 84: கோவில் பகல்

ரவிச்சந்திரன் பானுவிற்குத் திதி கொடுக்கிறான்

ஐயர்:

1008 விஷ்ணு ஷேத்திரத்திலேயும்

ரவிச்சந்திரன்:

1008 விஷ்ணு ஷேத்திரத்திலேயும்

ஐயர்:

1008 சிவாலயங்களிலும்

ரவிச்சந்திரன்:

1008 சிவாலயங்களிலும்

ஐயர்:

அயோத்தியா மதுரா மாயா காசி காஞ்சியில் செய்தால்

ரவிச்சந்திரன்:

அயோத்தியா மதுரா மாயா காசி காஞ்சியில் செய்தால்

ஐயர்:

எப்பலன் உண்டோ அப்பலன்

ரவிச்சந்திரன்:

எப்பலன் உண்டோ அப்பலன

ஐயர்:

காளிகாம்பாள் கோவிலில் கிடைக்க வேண்டும்

ரவிச்சந்திரன்:

காளிகாம்பாள் கோவிலில் கிடைக்க வேண்டும்

ஐயர்:

தத்தம் அமிர்தய

ரவிச்சந்திரன்:

தத்தம் அமிர்தய

ஐயர்:

சுவாகா சுவாகா

ரவிச்சந்திரன் தண்ணியை எடுத்துத் தலையில் தெளித்துக் கொள்கிறான்.

காட்சி 85: ரத்னவேல் வீடு /பகல்

ரத்னவேல் கீழிருக்கும் டைனிங் டேபிள் அடியில் மைக் பிக்ஸ் பண்ணுகிறான்

ரத்னவேல்:

பானு நீ என்னை விட்டு விலகவும் முடியாது பிரியவும் முடியாது

மாடி ரூமில் தனிமையில் இருக்கும் பானு அதிர்ச்சி அடைகிறாள்.

ரத்னவேல்:

எனக்கு லைப்ல ஒரே ஆசைதான் நான் சாகறவரைக்கும் நீ என் கூடதான் இருக்கணும்.

பானு தேம்பித் தேம்பி அழுகிறாள்

ரத்னவேல்:

இன்னொருத்தன் பொண்டாட்டியவா தூக்கிட்டு வந்தேன். என்னை விட்டுட்டுப் போன என் பொண்டாட்டிய மீட்டுட்டு வந்திருக்கேன்.

பானு ரூமுக்குள் இருந்தபடியே கேட்கிறாள்

ரத்னவேல்:

பானு மேடம் சாகறவரைக்கும் நீங்க எங்கூடதான் இருக்கப் போறீங்க

பானு என்ன செய்வதென்று தெரியாமல் அழுகிறாள்.

காட்சி 86: Office /பகல்

ரவிச்சந்திரன் சோகமாக இருக்கிறான்

அண்ணன்:

ரவி நம்ம ஆபீஸ் ஸ்டாப்லாம் துக்கம் விசாரிக்கணும்கிறாங்க

ஆல் ஸ்டாப்ஸ்:

விசயம் கேள்விப்பட்டேன் சார் ஸாரி சார்

ஒருவர்:

ஸாரி சார்

மற்றொருவர்:

ஸாரி சார்

ஒருவன்:

இப்ப தான் கல்யாணம் ஆச்சு

ரவிச்சந்திரனும் பானுவின் அன்னணனும் சோகமாக இருப்பது.

காட்சி 87 ரவிச்சந்திரன் வீடு /பகல்

போலீஸ்:

காலிங் பெல் அடிப்பது

ரவிச்சந்திரன்:

யாரு

போலீஸ்:

பாஸ்போர்ட் வெரிஃபிகேஷனுக்காக வந்திருக்கேன். பானுமதி வீடுதானே இது என்ன பாக்குறீங்க அவங்கள கூப்பிடுங்க

உள்ளிருந்து பானுவின் அண்ணன் ஓடி வருகிறான்.

அண்ணன்:

சார் சார் ஒரு நிமிஷம் இந்தப் பக்கம் வாங்க. அவங்க இல்லீங்க

போலீஸ்:

இல்லைன்னா?

அண்ணன்:

அது அது வந்து இறந்து போய்ட்டாங்க

போலீஸ்:

இறந்து போய்ட்டாங்களா? இன்பார்ம் பண்ணவேணாமா? வேலை மெனக்கட்டு இவ்வளவு தூரம் வந்திருக்க மாட்டேன்ல. வேற வேலை இல்ல எங்களுக்கு

(Flashback)

காட்சி 88: ரவிச்சந்திரன் வீடு /பகல்

ரவிச்சந்திரன்:

பானு

பானு:

வரேன்

ரவி:

பானு உனக்கு எதோ போன் வந்திருக்கு பாரு

பானு:

ஓகே ஹலோ

ரவிச்சந்திரன்:

நான் தாங்க சந்திரன் பேசுறேன்

பானு:

என்ன சார் வேணும். அடடா ஏன் சார் என்னை சும்மா தொந்தரவு பண்றீங்க

ரவிச்சந்திரன்:

இந்த டைம் லாப்ஸ்ல உங்க முடிவுல ஏதாவது மாற்றம் இருக்கா? என்ன கல்யாணம் பண்ணிக்கிறத பத்தி இப்ப என்ன நினைக்கறீங்க?

பானு:

மிஸ்டர் எனக்குக் கல்யாணம் ஆயிடுச்சு, அண்ணன் சொல்லலியா

ரவிச்சந்திரன்:

அவன் எங்கங்க... அன்னைக்கு அடிச்சதுக்கப்புறம் அவன் என் கூட பேசறதே இல்லீங்க. என்ன சொன்னீங்க ஐயையோ... உங்களுக்கு கல்யாணம் ஆயிடுச்சா. அந்த சோதாபய ரவி தான் மாப்பிள்ளனு மட்டும் சொல்லிடாதீங்க. அப்புறம் என் இதயமே வெடிச்சுடும்

பானு:

உங்க இதயம் பெரிசா வெடிக்கட்டும். நான் ரவியதான் கல்யாணம் பண்ணிருக்கேன்.

ரவிச்சந்திரன்:

இனி ஒண்ணுமே பண்ண முடியாதா? தாலியே கட்டிட்டானா மூணு முடிச்சா? ரொம்ப ஸ்ட்ராங் ஓ... அப்போ என் காதல் என்னங்க ஆகுறது? ச்... நல்லதுக்கே காலம் இல்லீங்க. சின்னத்தம்பி, பெரிய கவுண்டர் பொண்ணு, சிப்பிக்குள் முத்து, மஜா மாதிரி நான் திடீர்னு தாலி கட்டிருக்கணும்.

பானு:

வார்த்தைய அளந்து பேசுங்க. இல்லைனா போலீஸ்ல கம்ப்ளெய்ண்ட் பண்ணிடுவேன்

ரவிச்சந்திரன்:

அய்யய்யோ பண்ணிடாதீங்க ப்ளீஸ்

பானு ரவிச்சந்திரனிடம் போனை எடுத்து வந்து கொடுக்கிறாள்

பானு:

என்னங்க அந்தச் சந்திரன்... சந்திரன் தடியன் இப்ப லைன்ல இருக்கான் நல்லா போட்டு வாங்குங்க.

ரவிச்சந்திரன்:

யோவ் அறிவிருக்காயா? உனக்கு என் பொண்டாட்டிகிட்ட வம்பு பண்றியா? எல்லாரும் காய்கறி வாங்குவாங்க நான் கை, கால் வாங்குவேன் என்னய்யா பதில் சொல்லாம இருக்க. பதில் சொல்லுய்யா பானு கைய விடு... என்னையா பதில் சொல்றது. நான் ஆசைப்பட்ட பொண்ண நீ கல்யாணம் பண்ணிக்கிட்டு நீயே பேசுறியா? யாருயா நீர்

நான் ரவிங்க

நான் சந்திரன்ங்க..

பானு:

ரவி... சே....!

ரவிச்சந்திரன்:

பானு... பானு... ஓகே ஓகே

ரவி, சந்திரன் இருவரும் ஒன்று என பானுக்கு தெரிய வந்து கோபித்து பின் கட்டிக் கொள்கிறாள்

ரவி நினைத்துப் பார்த்து சோகமாய் நிற்க, அண்ணன் தட்டிக் கொடுக்கிறான்.

காட்சி 89: ரத்னவேல் வீடு/பகல்

ரத்னவேல் வேகமாக கோபமாக பானுவிடம் ஒரு துணியைக் கொடுத்து எம்பிராயிடங் செய்து தரச் சொல்லிக் கேட்கிறான்

பானு அழுதுகொண்டிருக்கிறாள்

ரத்னவேல்:

எத்தனை நாளா சொல்றேன் இந்த ஷர்ட்ல எம்ராய்டரி போட்டுக் குடுனு. அவனுக்கு மட்டும் தான் போட்டுக் குடுப்பியா?

ரவிச்சந்திரனும் 'ஆ' ரத்னவேலும் 'ஆர்' இந்த கை அந்த 'ஆர்' போடும் இந்த 'ஆர்' போடாதா?

ரத்னவேல்:

நாளைக்கு இந்த ஷர்ட்ல எம்ராய்டரி இல்ல. இந்த ரூமுக்குள்ள வர்ற கொஞ்ச நஞ்ச வெளிச்சத்தையும் மூடிடுவேன்.

பானு உட்கார்ந்து அழுகிறாள்

காட்சி 90: ரத்னவேல் வீடு/பகல்

ரத்னவேல் ஷேட்ல 'ஆர்' என்று எம்ராய்டரி போட்டதைத் தடவி சிரிப்பது

ரத்னவேல்:

சென்னைக்கு போய்ட்டு வந்துடறன்மா உன் சால உன் புருஷன், உன் பேமிலி எல்லாரும் எப்படி எடுத்துருக்காங்கன்னு ஒரு எட்டு பாத்துட்டு வந்துடுறேன்

(inset)

ரயில் போகிறது

காட்சி 91: ரவிச்சந்திரன் Office/பகல்

ரத்னவேல் ஆபீஸ்குள் வருகிறான்

ரத்னவேல் கதவைத் தட்டுகிறான்

ரவிச்சந்திரன்:

PLZ YOU MOST WELCOME...

ரத்னவேல்:

ஈவ்னிங் எப்படி சார் ஃப்ரியா? டின்னர் போலாமா வசந்த பவன். ஓய்ஃபயும் கூட்டிட்டு வாங்க சார்... எப்படி இருக்காங்க

ரவிச்சந்திரன்:

அவங்க இல்ல.

ரத்னவேல்:

ஓ ஊர்ல இல்லயா?

ரவிச்சந்திரன்:

உலகத்துலே இல்ல...

ரத்னவேல்:

புரியலை சார்...

ரவிச்சந்திரன்:

இறந்து போய்ட்டாங்க.

ரத்னவேல்:

என்ன சார் சொல்றீங்க. 20 நாள் முன்னால பாத்தேனே கொச்சின்ல...

ரவிச்சந்திரன் சோகத்துடன் ரத்னவேலுவைப் பார்க்கிறான்

ரத்னவேல்:

என்ன ஆச்சு சார் உடம்பு சரியில்லயா?

ரவிச்சந்திரன்:

கிச்சன்ல கேஸ்

ரத்னவேல்:

கடவுளே சாரி சார் வெரி சாரி சார்

காட்சி 92: கோவில் /இரவு

ரமணர் பஜனை நடந்துகொண்டிருப்பது

ரத்னவேல் ரவிச்சந்திரன் இருவரும் காரில் கோவிலுக்கு வருகிறார்கள்

ரவிச்சந்திரன்:

கொச்சின்ல உங்கள பாத்தப்போ பிடிக்கல. ஒய்ப் சரியில்லனு சொன்னேன். அதெல்லாம் மனசுல வச்சுக்காம என் கூட கோயில் வரைக்கும் வந்ததுக்கு தேங்க்ஸ் அக்கரன்ஸ்னு நெனைச்சேன் உங்களுக்கு அது ப்ரண்ட்ஷிப்பாபட்டிருக்கு கோயிலின் உள்ளே பஜனை நடப்பது

ரவிச்சந்திரன்:

என் மாமனார், மாமியார் கூடதான் இருக்கேன். அவங்களும் அப்செட், கோயிலுக்கு வரமாட்டேன்னுதான் சொன்னாங்க. நான் தான் கம்ப்பள் பண்ணி கூட்டி வந்தேன் மாமனார் மாமியார் ரத்னவேலை அதிர்ச்சியாகப் பார்ப்பது

ரவிச்சந்திரன்:

இவர் மிஸ்டர் நம்ச்சிவாயம். என்னோட மாமனார். இவங்க மிஸஸ் கல்யாணி என்னோட மாமியார். இவர் என்னோட ப்ரண்ட் நான் கொச்சின்ல மீட் பண்ணேன். ஹி இஸ் எ ஹாக்கி கோச் பேரு ராமனாதன்

அப்பா:

என்னது ராமநாதனா?

ரத்னவேல் மாமனாரைப் பார்க்கிறான்

ரவிச்சந்திரன்:

ஆமாம்

அப்பா:

இவரைத் தெரியும்ல... இவர்தான் பர்ஸ்ட்

ரவிச்சந்திரன்

புரியலை

அப்பா:

இவர விவாகரத்து பண்ணிட்டுதான் உங்கள ஐ ஆம் சாரி எனக்கு எப்படிச் சொல்றதுனே தெரியலை.

ரவிச்சந்திரன் அதிர்ச்சியாகிப் பார்க்கிறான்

ரவிச்சந்திரன் அந்த இடத்தைவிட்டு நடத்து செல்கிறான்

அப்பா நினைத்துப் பார்க்கிறார்

பானு, ரத்னவேலுக்கும் திருமணம் நடந்தது

ரத்னவேல், பானுவை அடித்தது

பானுக்கும் இருவருக்கும் விவாகரத்து நடந்தது

ரத்னவேல் மூவரும் காரில் சண்டை போட்டது

பானுவின் போட்டோ

பானு இறந்து போனதா அனைவரும் அழுதது

ரத்னவேல் கண் அசையாமல் பார்க்கிறான்

கோவிலில் பஜனை நடப்பது

ரவிச்சந்திரன் குங்குமம் எடுத்து வந்து மூவருக்கும் தருகிறான்

ரவிச்சந்திரன்:

உங்களுக்கு விதில நம்பிக்கை இருக்கா? இது விதி 100% விதி கடவுளோட செயல். இந்த மாதிரி சாமி சந்நிதானத்துல பானுங்கறவ நம்ம ரெண்டு பேரு லைப்லயும் இருந்திருக்கான்னு தெரிய வந்திருக்கு பாருங்க

ரத்னவேல்:

சார் சார் என்னை மன்னிச்சிருங்க சார் இந்தப் பாவியை மன்னிச்சுட்டேன்னு ஒரு வார்த்தை சொல்லுங்க சார்... சார்... சார்... ஒரு பொண்ணுக்கு கல்யாணமாகி அவ ஹஸ்பென்ட் அரக்கன் சந்தேகப்பிராணி நான்தான். விவகாரத்து ஆகுது ஒரு நல்லவர கல்யாணம் பண்ணிக்கிறா அது நீங்கதான். நீங்க சொன்னது மாதிரி இது எதுவுமே தெரியாம நீங்களும் நானும் ப்ரண்ட்ஸ் ஆகறோம். திடீர்னு ஒரு நாள் கேஸ் வெடிச்சு பானு செத்துப் போயிடுறா நான் என்னல்லாம் பண்ணினேனோ எல்லாம் என்னை மன்னிச்சிடுங்க அட்லீஸ்ட் பானு சந்தோஷத்த பாத்திருப்பானு நினைக்கறேன். சார பாத்த உடனே ஒரு இனம் புரியாத ஈர்ப்பு ஏற்பட்டுச்சு. அது என்னனு இப்பதான் தெரிஞ்சுச்சு. ராமனாதன்னு சார் என்னை இன்ட்ரடியூஸ் பண்ணி விடும்போது உங்க கண்ணு மாறிச்சு. நான் கவனிச்சேன். ரத்னவேலுவ ராமநாதன்னு அறிமுகப்படுத்தினா யாருக்கும் ஒரு ஆச்சர்யம் வரும்ல. சொல்றேன் என் ஒய்ப் என்னை விவாகரத்து பண்ணிட்டுபோனதுக்கப்புறம் தினம் குடிதான் சார். ரயில்வேல வேலை போயிடுச்சு. தினம் குடிச்சா பானு இல்லாம திருச்சில இருக்க முடியலை. ஊர மாத்தினேன். அதான் கொச்சின், ரத்னவேலுங்கற பேர கெஜட்ல மாத்தினேன் அதான் ராமநாதன்

ரவிச்சந்திரன் பானுவின் அம்மா அப்பா காரில் ஏறிச்செல்கின்றனர்

ரத்னவேல் ஆட்டோவில் செல்கிறான்

ஆட்டோ டிரைவர்:

போலாமா சார்

(inset)

கப்பல் வருகிறது

காட்சி 93: ரத்னவேல் வீடு /பகல்

ரத்னவேல் பானுவின் அறைக்குச் செல்கிறான்

ரத்னவேல்:

இந்தாம்மா புடி... உன் அஸ்தி. யாருக்காவது கிடைக்குமா இந்த அதிர்ஷ்டம். உங்க அம்மா குடுத்தாங்க.

பானு:

அம்மா...

பானு கதறி அழுகிறாள்

ரத்னவேல் நின்று பார்த்துவிட்டு கதவை மூடிவிட்டுச் செல்வது

ஆறு மாதங்களுக்குப் பிறகு

காட்சி 94: LIC OFFICE/பகல்

ரவிச்சந்திரன்:

டாக்குமென்ட்ஸ்லாம் எடுத்துட்டீங்கள்ல மாமா?

அப்பா:

இருக்கே

ரவிச்சந்திரன்:

ஒண்ணும் மறக்கலைல

அப்பா:

எடுத்துட்டு வந்திருக்கேன்.

எல்.ஐ.சி ஆபிசர்:

எல்.ஐ.சிக்குனு சில ரூல்ஸ் இருக்கு. ஃபயர் இன்சூரன்ஸ் குடுக்கலாம்.

ஆனா பெர்சனல் இன்சூரன்ஸ் பணம் கொடுக்குறதுலதான சின்ன ப்ராப்ளம். அவங்க பாலிஸி எடுக்கும்போது உங்க பேரே இல்ல. யாரது... ஆ... ரத்னவேல்.

எல்.ஐ.சி. ஆபிசர்:

அவரு தான் ஹஸ்பெண்ட்னு குறிப்பிட்டிருக்காங்க. அவரோட விவாகரத்து ஆயிடுச்சுனு ஒரு சின்ன ப்ரூப் வேணும். இது ஆக்சிடெண்ட் கேஸ் உங்க பேப்பர்லாம் எரிஞ்சு போயிருக்கும்னு எனக்குத் தெரியும். பட் டைவர்ஸ் ஆன காப்பி மிஸ்டர் ரத்னவேல்கிட்ட இருக்குமில்லையா? அத வாங்கிட்டு வந்துருங்க.

காட்சி 95: தியேட்டர்/இரவு

வேட்டையாடு விளையாடு படம் தியேட்டரில் ஓடுகிறது

ரத்னவேல் படம் பார்த்துக் கொண்டிருக்கிறான்

காட்சி 96: ரத்னவேல் வீடு /பகல்

ரவிச்சந்திரன் ரத்னவேல் வீட்டிற்கு வருகிறான்

ரத்னவேல் கதவிற்கு வெளியே நின்று பார்க்கிறான்

ரத்னவேல் கதவைத் திறக்கிறான்

ரத்னவேல்:

வாங்க

ரவிச்சந்திரன் வீட்டினுள் வருகிறான்

ரவிச்சந்திரன்:

ஒரு சின்ன ஹெல்ப்

ரத்னவேல்:

ம்...

ரவிச்சந்திரன்:

அதுக்காகத் தான் வந்தேன் உங்களுக்கும் பானுவுக்கும் விவாகரத்தான அந்த பேப்பர்ஸ் இன்சூரன்ஸ்க்காகத் தேவைப்படுவது பயர் ஆக்சிடென்ட் இல்லையா பானுவோட சேர்ந்து அந்த பேப்பர்ஸ்ம் எரிஞ்சு போச்சு

ரத்னவேல்:

என்ன சார். இதுக்காகவா இவ்வளவு தூரம் வரணும், உக்காருங்க. விவகரத்து பேப்பர் என்ன சார். நீங்க கேட்டா வெத்து பேப்பர்லயே கையெழுத்துப் போட்டுத் தருவேன். ஒரு போன் பண்ணியிருந்தா போதுமே. பேக்ஸ் அனுப்பிச்சிருப்பேன். இதுக்காக இவ்வளவு தூரம் நீங்க வரணுமா?

ரவிச்சந்திரன்:

பானுவோட நா கடைசியா இருந்த இடம் கொச்சின். பாத்தா மனசு கஷ்டமா இருக்கும். அதனால வர வேண்டாம்னு முதல்ல நினைச்சேன். அப்புறம் அதே ரீசன்க்காகவே வரணும்னு தோணுச்சு. அவளோட இருந்த இடத்தையெல்லாம் நின்னு நின்னு பாத்துட்டு வரேன். போன தடவை நாங்க தங்கியிருந்த ஹோட்டலுக்குப் போய் அந்த ரூம பாத்தேன் . வேற கெஸ்ட் இருந்தாங்க. அவங்ககிட்ட ரிக்வெஸ்ட் பண்ணி ரூமுக்குள்ள போய் பானுவோட இருந்த இடத்தையெல்லாம் பாத்துட்டு வரேன். ஐ ரியலி மிஸ் ஹர். ஐ ரியலி கோயிங் டூ மிஸ் ஹர்...

ரூமில் ஸ்பீக்கரில் ரவியின் குரலைக் கேட்டு பானு துடிதுடிக்கிறாள்

பானு:

ரவி ரவி ரவி... ரவி ரவி ரவி

பானு கதறி அழுகிறாள்.

ரத்னவேல் மாடிக்கு ரவிச்சந்திரனை அழைத்து வருகிறான்

ரத்னவேல்:

ஞாபகம் இருக்கா சார். இதுக்கு முன்னாடி இங்க பாத்ரூம்

இருந்தது. அத இடிச்சிட்டு இப்ப பூஜை ரூம் ஆக்கியிருக்கேன். வாஸ்து திடீர்னு நானும் கண்ணதாசன் மாதிரி கடவுள் இருக்குற கட்சிக்கு மாறிட்டேன். உங்களுக்கு நம்பிக்கை இருக்குல்ல..

ரவிச்சந்திரன்:

ம்... 200%

ரூமில் பானு அழுகிறாள்

ரத்னவேல்:

என்ன அந்தப் பக்கம் பாக்குறேன்னு பாத்தீங்களா, எதுக்கும் அந்தப் பக்கம் ஒரு கும்புடு போடுங்க சார். உங்களுக்குப் புடிச்ச பெண் தெய்வம் அங்கதான் இருக்கு.

மடியில் இருந்து இருவரும் கிழே இறங்குகிறார்கள்

ரத்னவேல்:

எங்க சார் தங்கியிருக்கீங்க.

ரவிச்சந்திரன்:

இனிமேதான் எதாவது ஒரு ஹோட்டல் பாக்கணும்.

ரத்னவேல்:

ஹோட்டலா அதெல்லாம் இல்ல இன்னைக்கு நீங்க இங்க என் கூட தங்குறீங்க ஓகே.

காட்சி 96அ: ரத்னவேல் வீடு /பகல்

ரவி ஷவரில் குளிப்பது

ரத்னவேல் மெதுவாக வந்து, அங்கு இருக்கும் பாத்ரூம் கதவை பூட்டி வைத்துவிட்டு. பின் எதையோ தேடுகிறான்.

காட்சி 96ஆ: ரத்னவேல் வீடு /பகல்

ரூமில் பானு அழுகிறாள்

பானு:

ரவி.. காப்பாத்துங்க ரவி

ரத்னவேல், ரவிச்சந்திரனுக்குத் தெரியாமல் பானுவைப் பார்க்க மேலே போகிறான்

ரத்னவேல்:

ரவி காப்பாத்துங்க ரவி காப்பாத்துங்க. நீ என்ன கத்தினாலும் கேக்காது ஏன்னா க்ளாஸ் உட்ஸ் பிக்ஸ் பண்ணியிருக்கேன் சௌண்ட் ப்ரூப்

பானு:

நான் சொன்னா ரவி கேப்பாரு நான் இத ஒரு கெட்ட கனவுன்னு நினைச்சு மறந்துடறேன். ப்ளீஸ் என்னை விட்ருங்க. நான் அவரோட போயிடறேன். போலீஸ்க்குச் சொல்லமாட்டேன். வேற யாருக்குமே சொல்ல மாட்டேன். ப்ளீஸ். ப்ளீஸ் ப்ளீஸ் என்னை விட்ருங்க

ரத்னவேல்:

உன்னை விடுறதுக்கா இவ்வளவு தூரம் கஷ்டப்பட்டு தூக்கிட்டு வந்தேன். நான் எமன் மாதிரி எடுத்தா திருப்பிக் கொடுக்க மாட்டேன்.

பானு:

அப்போ என்னதான் உங்க ஐடியா? என்ன லைப் லாங் இப்படி பூட்டி வெச்சிட்டு உங்களால வாழ்ந்துற முடியுமா? ஒரு நாள் இல்ல ஒரு நாள் இந்த உலகத்துக்குத் தெரியத்தான் போகுது.

ரத்னவேல்:

கீழே குளிச்சிட்டு இருக்குற உன் புருஷனுக்கே தெரியல... பொண்டாட்டி சாகலை இன்னும் உயிரோடதான் இருக்கான்னு

ரவிச்சந்திரன் குளிப்பது காட்ட்டப்படுகிறது

ரத்னவேல்

இந்த ரூமோட அக்கார்டிங்ஸ், சௌன்ட் ப்ரூப் டிசைனிங், எக்சிக்யூஷன் எல்லாமே என்னோடது. நான்தான் காரணகர்த்தா, நான் தான் சூத்திரதாரி... உன் புருஷனோடு மூச்சுக் காத்து கூட இங்க நுழையாது, என் அனுமதி இல்லாமே. அவன் கர்சீப் வேணும்னா நுழையலாம் நான் நினைச்சா வேணுமா...ம்..

பானு:

ப்ளீஸ்....

ரத்னவேல் டிவி பார்ப்பது

ரவிச்சந்திரன் கதவைத் தட்டிக்கொண்டு ராமநாதனைக் கூப்பிடுவது

ரத்னவேல் டிவி பார்ப்பது

ரவிச்சந்திரன் கதவை தட்டிக்கொண்டு ராமநாதனைக் கூப்பிடுவது

ரத்னவேல் டிவி பார்ப்பது

ரவிச்சந்திரன் கதவைத் தட்டிக்கொண்டு ராமநாதனைக் கூப்பிடுவது

ரத்னவேல் டிவி பார்ப்பது

ரவிச்சந்திரன் கதவைத் தட்டிக்கொண்டு ராமநாதனைக் கூப்பிடுவது

ரத்னவேல் டிவி பார்ப்பது

ரவிச்சந்திரன் கதவைத் தட்டுவது

ரத்னவேல் கதவைத் திறப்பது

ரவிச்சந்திரன்:

என்ன சார் வெளிய தாப்பாழ் போட்டுட்டிங்க

ரத்னவேல்:

ஏதோ ஒரு ஞாபகத்துல போட்டுட்டேன் ஸாரி சார்... வாங்க சாபிடலாம் வாங்க...

காட்சி 96இ: ரத்னவேல் வீடு /இரவு

ரவிச்சந்திரன் ரத்னவேல் இருவரும் படுத்திருக்கிறார்கள்

ரவிச்சந்திரன் தூங்குவது,

ரத்னவேல் பார்ப்பது

பானு ரூமில் படுத்திருப்பது

ரவிச்சந்திரன் ரத்னவேல் இருவரும் படுத்திருப்பது

ரத்னவேல்:

குடிக்கத் தண்ணி வேணுமா சார்... ஐஸ் வாட்டர்

ரவிச்சந்திரன்:

நோ தேங்க்ஸ்

காட்சி 97: ரத்னவேல் வீடு /பகல்

காலையில் ஒருவர் குப்பையை எடுத்துச் செல்கிறார்

பானு ஜன்னலைத் திறக்க முயற்சிக்கிறாள்

பானு ஜன்னல் வழியாக எட்டிப் பார்க்கிறாள்

பானு ரூமில் உள்ள ஜன்னல் கதவைத் திறக்க முயற்சி செய்வது. அதில் உள்ள ஒரு சின்னத் துண்டு உடைந்து விழுகிறது. சிறு இடைவெளி கிடைக்கிறது அது வழியாக உதவிக்குக் கத்துகிறாள்

ரவிச்சந்திரன், ரத்னவேல் இருவரும் கீழே பேசிக்கொண்டிருப்பது

பானு:

ரவி... ரவி... கேக்குதா மேல ரவி.... மேல பாருங்க

ரவியும் ரத்னவேலும் பேசுவது

பானு:

இந்தப் பக்கம் பாருங்க ரவி

பானு ஜன்னல் வழியாக எட்டிப் பார்ப்பது, ரவி இருவரும் கீழே பேசிட்டிருப்பது, பானு ஜன்னல் வழியாக எட்டி பார்ப்பது, ரவி இருவரும் கீழே பேசிட்டிருப்பது பானு இறங்கி வருவது

பானு காலண்டர் பேப்பரைக் கிழிப்பது

பானு ஜன்னல் வழியாக பார்ப்பது, ரவி இருவரும் கீழே பேசிட்டிருப்பது

பானு:

ரவி ரவி கேக்குதா மேலே மேலே ரவி மேலே பாருங்க ரவி மேல பாருங்க மேல அனைவரும். ரவியும், ரத்னவேலும்

வெளியில் பேசிக் கொண்டிருப்பது, பானு அதைப் பார்த்து கத்துவது

பானு:

நான் பானு ஐயோ கடவுளே இந்தப் பக்கம் பாருங்க ரவி

பானு:

அச்சச்சோ...

பானு:

ரமணா, ரமணா, ரவி பாக்கணும். அய்யய்யோ போச்சு

பானு அழுவது

ரத்னவேல் பேப்பரைப் பிரித்துப் பார்ப்பது

பானு பார்த்து அழுவது

ரவிச்சந்திரன், ரத்னவேல் இருவரும் பேசுவது

ரவிச்சந்திரன் போகிறான்

பானு அழுவது

ரத்னவேல் வீட்டிற்கு வருகிறான்

பானு அழுவது

காட்சி 98: சாலை (ரத்னவேல் வீடு /பகல்

ரவிச்சந்திரன் நடந்து இஸ்திரி போடுபவர் அருகில் வருகிறான்

ரவிச்சந்திரன்:

இங்க கால் டேக்சி கிடைக்குமா

இஸ்திரி:

எந்தா பரஞ்சுது? (மலையாளம்)

ரவிச்சந்திரன்:

சரி அதை விடுங்க, போட் ஜெட் எங்க இருக்கு.

இஸ்திரி:

ஆ... ஜங்ஷன் அடுத்து ஒட்டி இருஞான்

மதி (மலையாளம்)

ரவி அவரிடம் இருக்கும் சட்டையைக் கவனிக்கிறான்.

உடனே சட்டையை வாங்குகிறான்

இஸ்திரி:

எந்தா சாரே?

ரவிச்சந்திரன்:

இந்த ஷர்ட் எந்த வீட்டுது

இஸ்திரி:

அந்தப் பின்னம்புரத்தே வீட்டுது

காட்சி 98அ: ரத்னவேல் வீடு /பகல்

ரத்னவேல் பானுவின் அறைக்குள் வந்து பார்த்து அடிக்கிறான்

ஜன்னலை ஓட்டையைச் சரிசெய்கிறான்

காட்சி 98ஆ: ரத்னவேல் வீடு /பகல்

ரத்னவேல் பைக்கில் போவது

காட்சி 99: சாலை /பகல்

ரவிச்சந்திரன் சாலையில் நடந்து செல்கிறான்

ரத்னவேல்:

என்ன சார் கால் டேக்சி கிடைக்கலையா? அதைவிட இதுக்கு ரெண்டு வீல் கம்மிதான். அதுல சாயலாம். இதுல சாய முடியாது. வாங்க நான் ட்ராப் பண்றேன். பேக்க குடுங்க. போலாமா

ரவிச்சந்திரன்:

ம்

ரவிச்சந்திரன், ரத்னவேல் இருவரும் பைக்கில் போகிறார்கள்

ரவிச்சந்திரன்:

தேங்க்யு சார்

ரத்னவேல்:

ஓகே சார் பை

ரவிச்சந்திரன்:

பை

Cell/ash/rat/pov

ரத்னவேல்:

சார்... உங்க மொபைல் போன்

ரவிச்சந்திரன்:

ஓ...

ரத்னவேல்:

என்ன சார் ஸ்கிரீன் சேவர்ல உலக அழகி போட்டோ உலக அழகினா அவ்ளோ பிடிக்குமா, உங்க ஒய்ப் இறந்து ரெண்டு மாசம் கூட ஆகலை. பானுவ மறந்தாச்சா?

ரவிச்சந்திரன்:

பானுவ மறந்ததனால இல்ல அவ போட்டோ இருக்கும் போது போன் அடிக்கறப்ப எல்லாம் மனசுல அடிக்கிற மாதிரி இருந்துச்சு அதான் மனச மாத்த முடியல. ஸ்க்ரீன் சேவரயாவது மாத்திரலாம்னு நினைச்சேன். அப்புறம் இந்த ஐஸ்வர்யா ராய் எல்லாம் ஜீஜீபி.. என்னைப் பொறுத்தவரைக்கும் உலக அழகினா என் பானுதான் பை...

காட்சி 100: ரத்னவேல் வீடு /பகல்

பானு அறையில் அழுதுகொண்டிருப்பது அப்போது டிரெயினேஜ் குழாய பார்க்கிறாள்.

பானு, குழாய் வழியாக ஸ்பூனை எடுத்துப் போடுகிறாள்.

குழாய் வழியாக காதை வைத்துக் கேட்கிறாள்.

குழாய் வழியாக ஸ்பூன் கீழே விழுவது

பானு அதைக் காதால் கேட்பது

பானு:

ஹலோ ஹலோ ஹெல்ப் ஹெல்ப் ஹெல்ப் ஆ..

பானு:

காப்பாத்துங்க ஹெல்ப்...

பானு:

ஹெல்ப் ப்ளீஸ் ப்ளீஸ்... காப்பாத்துங்க காப்பாத்துங்க காப்பாத்துங்க காப்பாத்துங்க காப்பாத்துங்க...

பானு:

யாருக்காவது கேக்குதா..

சத்தம் கேட்டு ரத்னவேல் அறைக்குள் நுழைகின்றான். பானு கடவுள் கும்பிடுவதைப் போல நடிக்கின்றாள்

பானு:

ரமணா, ரமணா, ரமணா, காப்பாத்துங்க... ரமணா காப்பாத்துங்க ரமணா... ரமணா காப்பாத்துங்க ரமணா

ரத்னவேல் கதவை சாத்துவது

பானு பார்ப்பது

காட்சி 101: GROUND /பகல்

ரத்னவேல் ஹாக்கி ப்ராக்டிஸ் அண்டு கோச்சிங்கில் இருக்கிறான்

டிரைனேஜ் குழாய்

காட்சி 101அ: ரத்னவேல் வீடு /பகல்

பானு:

ஹெல்ப் யாருக்காவது கேக்குதா...

பானு:

யாராச்சும் இருக்கீங்களா காப்பாத்துங்க ஆ...

காட்சி 101ஆ: GROUND /பகல்

ரவிச்சந்திரன் ஸ்கூல் கிரௌண்டில் ரத்னவேலைக் கவனித்துக் கொண்டிருக்கிறான்

ரவிச்சந்திரன் வந்து பார்ப்பது

காட்சி 101இ: ரத்னவேல் வீடு /பகல்

பானு:

காப்பாத்துங்க... காப்பாத்துங்க யாருக்காவது கேக்குதா

பானு:

ப்ளீஸ்... ப்ளீஸ்... யாருக்காவது கேக்குதா...

ரவிச்சந்திரன் ரத்னவேல் வீட்டிற்கு வந்து தேடுகிறான்

ரவிச்சந்திரன் கதவை உடைக்கிறான்

பானு உட்கார்ந்து அழுகிறாள்

ரவி உள்ளே வருகிறான்

ரவிச்சந்திரன்:

பானு...

காட்சி 101ஈ: GROUND /பகல்

ரத்னவேல் ஹாக்கி கற்றுக் கொடுப்பது

காட்சி 101உ : ரத்னவேல் வீடு /பகல்

ரவிச்சந்திரன் பானுவைத் தேடி வருவது

பானு அறையில் இருக்கிறாள்

காட்சி 101ஊ GROUND /பகல்

ரத்னவேல் ஹாக்கி கற்று கொடுப்பது

காட்சி 101எ: ரத்னவேல் வீடு /பகல்

ரவிச்சந்திரன்:

பானு...

பானு அறையில் அழுவது

ரவிச்சந்திரன்:

என்ன சார் அப்படிப் பாக்குறீங்க ஒரு சின்ன ஹெல்ப்க்காக வந்தேன். பண்ணுவீங்கள்ல.. வீடு பூட்டியிருந்தது அதான் வெளில உட்கார்ந்திருக்கேன்

ரத்னவேல் பார்ப்பது

ரவிச்சந்திரன் உட்கார்ந்திருப்பது

ரவிச்சந்திரன், ரத்னவேல் இருவரும் காரில் போவது

காட்சி 102: லதா வீடு /பகல்

ரவிச்சந்திரன்:

இவங்க மிஸஸ் லதா மாதவன் இவங்களுக்கு ஒரே சன். ஏஜ் 12 இயர்ஸ், இவன் தான் ஒலிம்பிக் விளையாடணுமா பையனை ஹாக்கி ப்ளேயரா ஆக்கணும்கிறது இவங்க கனவு நீங்க தான் இவனுக்கு பெர்சனலா ட்ரெயினிங் கொடுக்கணும். இதுதான் நான் கேட்ட ஹெல்ப்

லதா:

ஹாக்கி ஸ்டிக் கட்டிப் புடிச்சிண்டு உறங்கட்டால் தன்னே... எந்தா வேண்டுச்சென்ன பரஞ்சல்லோ பைசானொரு பிரச்சனை இல்லை..

ரவிச்சந்திரன்:

சார் எனக்கு ரொம்ப வேண்டியவர். எனக்காக டெஃபனட்டா இதச் செய்வாரு செய்வீங்கல்ல?

ரத்னவேல்:

உங்களுக்காக 200% செய்வேன் சார் போதுமா இவன் ஏஜ் க்ரூப்ல ஒரு 200 பேருக்கு சொல்லிக் குடுத்திருக்கிகேன்... ஹாக்கியில எனக்கு என்ன தெரியுமோ அத்தனையும் கண்டிப்பா சொல்லித் தரேன்.

(intercut)

ரத்னவேல்:

எப்போ கிளம்பணும். பத்து மணிக்கா, மணி இப்போ மூணு இங்க தான் இருக்கு. இங்கதான் இருக்கு. இவ்வளவு தூரம் கூட்டிட்டு வந்துட்டீங்க சார்..

ரத்னவேல்:

சாரி சார்... கிட்டத்தட்ட 200 கி.மீ. உங்களை டிராவல் பண்ண வச்சதுக்கு என் ஆபீஸ்ல அவங்க ரொம்ப முக்கியமானவங்க. இன்பேக்ட் எல்லாரையும் விட அவங்கதான் முக்கியமானவங்க. ஏன்னா அவங்க என் சி.ஈ.ஓ. தமிழ்ல சொல்லணும்னா என் முதலாளியம்மா

ரத்னவேல்:

இவ்ளோ பவ்யமா இருக்கும்போதே நினைச்சேன். சார் உங்க போன் அடிக்குது.

ரவிச்சந்திரன்:

அது கால் இல்ல சார், மெசேஜ்

ரத்னவேல்:

யார் சார் முதலாளியம்மா?

காட்சி 103: ரத்னவேல் வீடு /பகல்

ரத்னவேலு, ரவிச்சந்திரன் இருவரும் வீட்டிற்கு வருகிறார்கள்

ரத்னவேல்:

வாங்க சார்

ரவிச்சந்திரன்:

சொர்க்க வாசல் மாதிரி இருக்கு சார் உங்க வீடு. ஏகப்பட்ட கதவு திறந்து உள்ள வரவேண்டியிருக்கு ம்... ஒரு பெர்மிஷன் வேணும்

ரத்னவேல்:

எதுக்கு சார்

ரவிச்சந்திரன்:

டிவி ஆன் பண்ணிக்கிறேன்

ரத்னவேல்:

ஷுவர். டிவி மேலயே ரிமோட் இருக்கும்.

ரவிச்சந்திரன்:

தேங்க்யு

ரத்னவேல்:

காபி சாப்பிடறீங்களா?

ரவிச்சந்திரன்:

ஷுவர் ஒய் நாட்?

ரத்னவேல்:

டூ மினிட்ஸ் காபி போட்டு எடுத்துட்டு வந்துடறேன்.

காலிங் பெல் அடிப்பது. ரத்னவேல் சென்று கதவைத் திறப்பது. வாசலில் பானு. திகைத்த ரத்னவேல் பயத்தில் ஓடுவது

ரத்னவேல் பானுவை அடைத்து வைத்திருந்த அறையைச் சென்று பார்க்கிறான்

பானு பார்த்து அழுவது

ரத்னவேல் பார்ப்பது

ரவிச்சந்திரன் நின்று பார்ப்பது

பானு அழுவது

ரவிச்சந்திரன் நின்று பார்ப்பது

ரத்னவேல் ஓடுவது, பானு இருவரும் பார்ப்பது

ரத்னவேல் கதவைத் திறந்து போவது

ரத்னவேல் ஓடுவது, பானு ரவிச்சந்திரன் இருவரும் பார்ப்பது

ரத்னவேல் கத்திக் கொண்டே வீட்டை விட்டு ஓடுகிறான்

Same Day

7 hrs before

ரத்னவேல் பின்னோக்கி ஓடி வருவது

வீட்டில் வந்து பார்ப்பது

ரவிச்சந்திரன் நிற்பது

ரவிச்சந்திரன், ரத்னவேல் இருவரும் கதவை சாத்திட்டு போவது

கார் போவது

ரவிச்சந்திரன், ரத்னவேல் இருவரும் பேசுவது

ரவிச்சந்திரன் ஒளிந்திருந்து பார்ப்பது

ரத்னவேல் அனைவரும் விளையாடுவது

ரவிச்சந்திரன் பானுவைத் தேடுவது

ரவிச்சந்திரன் வாய்ஸ்

முதல்ல ரத்னவேல் ஹாக்கி கோஸ் பண்றதா நிச்சயம் பண்ணிக்கிட்டேன். விசாரிச்சதுல எப்படியும் 4 ஹவர்ஸ் கோச்சிங் போகும்னு தெரிஞ்சது. அதுக்குள்ள பானுவ எங்க ஒளிச்சு வச்சுருக்கன்னு தேடிக் கண்டுபிடிச்சுடலாம்னு போனேன். கீழ இல்ல. மாடில இல்ல ஆனா என் உள்ளுணர்வு சொல்லுது இங்க

தான் எங்கயோ இருக்கான்னு அயர்ன் மேன் கிட்ட பார்த்த 'ஆர்' ஷர்ட்ல ஆரம்பிச்ச டௌட், மொபைல் ஸ்க்ரீன் சேவர்ல கன்பார்ம் ஆயிடுச்சு. ரத்னவேலு வர்றதுக்குள்ள மாட்டிக்காம கண்டுபிடிச்சுடணும்னு பரபரப்பா தேடிட்டுருந்தேன்.

பானு காலண்டர் பேப்பரில் ஹெல்ப் என எழுதி பைப் வழியாக போடுவது

ரவிச்சந்திரன் அதைப் பார்ப்பது

ரவிச்சந்திரன்:

பானு... பானு... பானு...

ரவிச்சந்திரன்:

பானு... பானு... பானு

ரவிச்சந்திரன்:

பானு பானு பானு

பானு அறையில் இருப்பது

ரவிச்சந்திரன்:

பானு பானு பானு

பானுவுக்கு ரவி கத்துவது கேட்பது

பானு:

ரமணா../ ரமணா

ரவிச்சந்திரன்:

பானு பானு

பானு:

ரவி...

ரவிச்சந்திரன்:

பானு...

பானு:

ரவி ரவி... எப்படியெல்லாம் என்ன அடிச்சாங்க தெரியுமா? என்னால இங்க ஒரு நிமிஷம் கூட இருக்க முடியாது.

காப்பாத்துங்க ரவி

ரவிச்சந்திரன்:

பானு...

ரவிச்சந்திரன்:

பானு பானு

பானு:

ரவி... மாடில இருக்கேன். சௌண்ட் ப்ரூப் டபுள் டோர் வேற வழியில்லை.

ரவிச்சந்திரன்:

எப்படி வரணும்

பானு:

உடைச்சுதான் வரணும். மாடி மேல இருக்கேன். இந்த வழியாகத் தான் பேச முடியும். உடனே உடைச்சுட்டு வாங்க ரவி.

ரவிச்சந்திரன்:

அழாத பானு..

பானு:

சீக்கிரம் வாங்க ரவி என்னால இதுக்கு மேல ஒரு நிமிஷம் கூட இருக்க முடியாது ரவி... காப்பாத்துங்க ரவி...

ரவிச்சந்திரன் (வி.ஓ)

பானுவை எப்படி வெளில எப்படி கொண்டு வர்றதுன்னு லோக்கல் இன்ப்ளுயன்ஸ் யூஸ் பண்ணி அசிஸ்டென்ட் கமிஸ்னர்கிட்ட பேசுனேன்.

ரவிச்சந்திரன் இவ்வளவு ரிஸ்க்கான ஆப்ரெஷன் நடக்கும் போது ரத்னவேலு அங்க இருக்கக் கூடாதுன்னு அவரை ரொம்ப தூரம் கூட்டிட்டு போய்ட்டேன்

ரவிச்சந்திரன்:

எங்க கம்பெனி சி.ஈ.ஓ நெஜமாவே அவங்க பையனுக்கு ஹாக்கி கோஸ் வேணும்னு கேட்டத நான் யூஸ் பண்ணிக்கிட்டேன்.

ரவிச்சந்திரன்:

ஆனா அந்த வீட்ல இன்சல்ட்டட் பெல்ட் ரெட்டைக் கதவு சௌண்ட் ப்ரூப் நெஜமாவே நான் எதிர்பார்க்கல.

போலீஸ் சுவற்றை அறுப்பது, பானு அறையில் இருப்பது பானுவை போலீஸ்காரர்கள் காப்பாத்துவது பானுவை போலீஸ்காரர்கள் காப்பாத்துவது

(intercut)

ரத்னவேல்:

கால் வருது சார்

ரவிச்சந்திரன்:

கால் இல்ல சார் இது மெசேஜ்

ரத்னவேல்:

என்ன சார் முதலாளியம்மாவா?

ரத்னவேல் வீட்டில் கதவு திறப்பது, பானு நிற்பது, ரத்னவேல் பைத்தியமாய் ஓடுவது.

அதே இரவு அதிகாலை 4 மணியளவில் ரத்னவேல் இடபள்ளியில் கைது செய்யப்பட்டு கொச்சினிலிருந்து சென்னைக்கு மாற்றி அனுப்பப்பட்டான் என்ற கார்ட் வந்து முடிவது.

காட்சி 104: காவல் நிலையம் /பகல்

எஸ்.ஐ.:

பொம்பளைனா கிள்ளுக் கீரைனு நினைச்சியாடா

ரவி பார்ப்பது

போங்க போய் இதே மாதிரி போய் ரத்னவேலுவ பேத்து எடுங்க, பஸ் ஸ்டாண்ட்ல ஈவ்டீசிங் பண்ண இவனுக்கே இந்த ட்ரீட்மென்ட்னா அவனுக்கு?

எஸ்.ஐ.:

முன்ன பின்ன யாரையாவது அடிச்சுப் பழக்கம் இருக்கா? இப்ப அடிங்க, நீங்க அடிச்சது ரெக்கார்ட்ல வராம நான் பாத்துக்கிறேன். எல்லாம் நாங்க அடிச்சதாதான் இருக்கும்.15 நிமிஷம் யாரும் அந்தப் பக்கம் வர மாட்டோம். இந்தாங்க...

(intercut)

ரவிச்சந்திரன்:

பானுவை அடைச்சு வச்சு ரொம்ப கொடுமைப் படுத்தினான். பேத்துரலாம்னுதான் வந்தேன்.

எஸ்.ஐ.:

புரட்டி எடுங்க

ரவிச்சந்திரன்:

சார் கொஞ்சம் இங்க வாங்க அவர பார்த்தா ஹி இஸ் ஆஃப் நான் யாரு அவரை அடிக்கிறதுக்கு... நான் யாரு அவருக்கு தண்டனை கொடுக்கிறதுக்கு... இவருக்கு சைக்கியாட்ரிஸ்ட் ட்ரீட்மென்ட் தேவை

காட்சி 105: மனநலக் காப்பகம் /பகல்

ரத்னவேலுவை வண்டியில் வைத்துத் தள்ளி வருவது

ரத்னவேல்:

பானு உன்னை விடமாட்டேன் பானு என்ன பண்றேன்னு

நர்ஸ்:

புடிங்க புடிங்க விடாதிங்க

ரத்னவேலுவைக் கூட்டிட்டு போவது

மனநலம் பாதிக்கப்பட்டவர்கள் பார்ப்பது

மனநலம் பாதிக்கப்பட்டவர்கள் ஓடி வருவது

மனநலம் பாதிக்கப்பட்டவர்கள் பார்ப்பது

ரத்னவேல் தூக்கில் தொங்குவது அனைவரும் பார்ப்பது

ரத்னவேல் தூக்கில் தொங்குவது

ரத்னவேல் கால்கள் காட்டப்படுகிறது

ரத்னவேலின் முழு உருவமும் தூக்கில் தொங்குவது போல் காட்டப்படுகிறது

ரத்னவேலு (மைண்ட் வாய்ஸ்)

அவனால முடியும்... என்னால முடியாது... உன் அஸ்திமா இன்னொருத்தன் பொண்டாட்டி மாதிரி நான் எமன் மாதிரி நான் ஏன் குடிகாரன் ஆனேன் எனக்கு ஏன் ஆண்மை போச்சு. எனக்கு ஏன் குழந்தை பாக்கியம் இல்ல. பொய் சொல்லி ஏன் ஒரு நல்ல பொண்ணை கல்யாணம் பண்ணிக்கிட்டேன்.

ரத்னவேல், பானுவை அடிப்பது

டைவர்ஸ் ஆனதுக்கப்புறமும் ஏன் அவளை கடத்திட்டு வந்து அடைச்சு வச்சேன்.

ரத்னவேல் அனைவரும் விளையாடுவது

ரத்னவேல்(VO)

ஏன் அவளைக் கொடுமைப் படுத்தினேன். இதுக்கெல்லாம் காரணம் விதி இல்லை. நான் தான் அய்யம்பேட்டை காளிதாஸ் ரத்னவேல்...

ரத்னவேல் கம்பத்திலிருந்து விழுவது

ரத்னவேல் மது அருந்துவது

ரத்னவேல் மது அருந்துவது

an SM VASANTH film
This is a true story
Happened in Andhra Pradesh
In late 90's
Still the relatives of
"Rathnavel" (fictitious name)
are living in the
same town

காட்சி 106: சர்ச் /பகல்

ஏஏ குரூப் லீடர்:

குடி நோயாளிகளாகிய நாங்கள்

குரூப்:

குடி நோயாளிகளாகிய நாங்கள்

ஏஏ குரூப் லீடர்:

குடும்பத்தையும்

குரூப்:

குடும்பத்தையும்

ஏஏ குரூப் லீடர்:

சமுதாயத்தையும்

குரூப்:

சமூதாயத்தையும்

ஏஏ குரூப் லீடர்:

அழிக்கின்ற

குரூப்:

அழிக்கின்ற

பானு கர்ப்பமாக இருக்க, அண்ணன், ரவி, அம்மா பார்த்து நடக்கச் சொல்ல, பானு டான்ஸ் ஆட சிரிக்கின்றனர்.

ஏஏ குரூப் லீடர்

இந்தக் கொடிய குடிப்பழக்கத்தை

குரூப்

இந்தக் கொடிய குடிப்பழக்கத்தை

ஏஏ குரூப் லீடர்

விட்டு விடுவோம்

குரூப்

விட்டு விடுவோம்

ஏஏ குரூப் லீடர்

என்று

குரூப்

என்று

ஏஏ குரூப் லீடர்

உளமார

குரூப்

உளமார

ஏஏ குரூப் லீடர்

உறுதி மொழி

குரூப்

உறுதி மொழி

ஏஏ குரூப் லீடர்

ஏற்றுக்கொள்கிறோம்

குரூப்

ஏற்றுக்கொள்கிறோம்

திரையில் எழுத்துகள் துவங்குகின்றன.

ரசிக அனுபவத்திற்கு மிஞ்சியது எதுவுமே இல்லை

இயக்குநர் வஸந்த் எஸ் சாய்

பேட்டி: எஸ்.தினேஷ்

தமிழ் சினிமாவின் யதார்த்தத்திற்கும் அதன் வணிகத் தேவைக்கும் இடையே பெரும் போராட்டங்களைச் சந்தித்தவர் வஸந்த். தம்முடைய முதல் படம் தொடங்கி இன்றுவரை இலக்கியத்திற்கும், சினிமாவிற்குமான உறவை பலப்படுத்த தொடர்ந்து பாடுபட்டு வருபவர். அவருடைய எல்லா படங்களிலும் காமம் ஒரு பாடுபொருளாக இருக்கும். ஆனால் விரசமாக இல்லாமல், இலக்கியத்தில் வரும் காமம் போல நேர்த்தியாக இருக்கும். ஒரு கருப் பொருளை எடுத்துக்கொண்டு, அதன் மையத்தில் இருந்து கழண்டுகொள்ளாத அச்சாணி போல, கதைக்களனை நோக்கியே அவரது திரைக்கதை சுழன்றுகொண்டிருக்கும். இந்த நேர்காணலில் அவரே சொல்லியிருப்பது போல, 'கேளடி கண்மணி' படத்தின் கதையை இரண்டு ஷாட்களில் சொல்லியிருப்பார். தனக்கென தனிவகையிலான திரைப்பட உருவாக்கப் பாணியை வகுத்துக் கொள்ள முடியும் என்கிற சூழல் இருந்தும் அதனைத் தவிர்த்து, தன் பாணியை விட, கதைக்களத்திற்கான காட்சியமைப்புகள் முக்கியம் என்று அதனைக் கவனமாகத் தவிர்த்தவர். தமிழ் சினிமாவே ஏங்கிக் காத்துக்கொண்டிருக்கும் ஒரு பெரும் நடிகரை இயக்கும் வாய்ப்பு கிடைத்தும் அதனைத் தவிர்த்து தன்னுடைய பாதையைத் தெளிவாக வகுத்துக்கொண்டவர்.

தொண்ணூறுகளில் படமெடுக்கத் தொடங்கிய பலர் இன்று முகவரி இல்லாமல் இருக்கிறார்கள். தமிழ் சினிமாவில் வணிக சமரசம் செய்து கொண்டாலும், பல இயக்குநர்கள் இன்று

தமிழ்த் திரைத்துறையில் இருந்து காணாமல் போயிருக்கிறார்கள். ஆனால் இயக்குநர் வஸந்த் வணிக சமரசத்தையும் தாண்டி, யதார்த்த சினிமாவை நோக்கிய தன்னுடைய பயணத்தில் இன்றும் வீறுநடை போட்டுக்கொண்டிருக்கிறார். அதற்கு அவருக்குப் பக்க பலமாகத் திகழ்ந்துகொண்டிருப்பது இலக்கியம். இலக்கியம் பெரிதாக என்ன செய்துவிடும், என்கிற கேள்வி காலம்காலமாக இருந்துகொண்டே இருக்கிறது. அது உங்கள் இருப்பை முதலில் தக்கவைத்துக்கொள்ளச் செய்யும். நீங்கள் விரும்பிய துறையில் நீங்கள் விரும்பும் காலம்வரை உங்களைக் கோலோச்சச் செய்யும் என்பதற்கும் இயக்குநர் வஸந்த் ஒரு சான்று.

படச்சுருளின் சினிமாவும் இலக்கியமும் சிறப்பிதழுக்காக இயக்குநர் வஸந்த் அவர்களை நேர்காணல் செய்ய வேண்டும் என்று முடிவெடுத்து, அவரிடம் பேசினேன். ஒரு ஞாயிறு காலை அவரை வெகு ரசனையான அவரது இல்லத்தில் சந்தித்தோம். இலக்கியம் சினிமா பற்றிய அவருடனான உரையாடலில் பல இடங்களில் அலங்காரங்களற்ற உண்மை மட்டுமே இருந்தது. அத்துணை நேர்த்தியாக, ஆழமாக இலக்கியம் குறித்தும், அதன் காட்சிப்படுத்துதல் குறித்தும் பேசிக்கொண்டிருந்தார். சா.கந்தசாமியின் தக்கையின் மீது நான்கு கண்கள் சிறுகதையைக் குறும்படமாக எடுத்து. அதற்காக தேசிய விருதும் பெற்றவர். தற்போது தொடர்ச்சியாக இலக்கியத்தைக் காட்சி வடிவத்தில் கொண்டுவரும் வேலையைச் செய்துகொண்டிருக்கிறார். என்னுடைய கடன் பணி செய்து கிடப்பதே என்பதுபோல, என்னுடைய பணி இலக்கியங்களைச் செம்மையாக திரைப்படைப்பாகக் கொண்டுவருவதே என்று சுழன்றுகொண்டிருக்கிறார். அவருடைய ‘ஆசை’ படத்தில் கூட, அசோகமித்திரனின் எலி சிறுகதையை ஒரு உருவகமாகப் பயன்படுத்தியிருப்பார். எங்கெல்லாம் முடியுமோ அங்கெல்லாம் இலக்கியத்தை அதன் தேவை குறையாமல், கண்ணியம் மாறாமல் பயன்படுத்தியிருக்கிறார்.

இயக்குநர் வஸந்த்தின் திரை இசை குறித்த ரசனை அலாதியானது. அவரது எல்லா படங்களிலும் எப்படி பாடல்கள் அத்துணை ரசனையாக வருகிறது என்பதை பலரும் ஆராய்ந்து கொண்டே இருக்கிறார்கள். இளையராஜாவாக இருந்தாலும், தேவாவாக இருந்தாலும், ரகுமானாக இருந்தாலும், புதிய

இசையமைப்பாளர்களாக இருந்தாலும், யுவன் ஷங்கர் ராஜாவாக இருந்தாலும், அவரது படத்தின் இசைக் கோர்வையும், பாடல்களும் எப்போதும் அந்தக் கதைக்களனைத் தாண்டிச் செல்லாமல், ஆனால் தன்னளவில் ஆகச் சிறந்த இசையாகப் பரிணமிக்கும் வித்தையைச் செய்து காட்டக் கூடியவர் இயக்குநர் வஸந்த். பாலச்சந்தர் தன்னுடைய உதவியாளர்களிலேயே வஸந்த் போல் திறமையான ஒருவரில்லை என்று பலமுறை பேசியிருக்கிறார். அதில் எள்ளளவும் பிழையில்லை.

நிறைய கதைகள் படித்திருக்கலாம். ஆனால், அவைகளிலிருந்து ஒரு கதையை இது சினிமாவாக வந்தால் நன்றாகயிருக்கும் என்று தேர்ந்தெடுக்க, அந்தக் கதையில் இருக்கவேண்டிய அம்சங்களாக நீங்கள் நினைப்பது?

முதலில், இந்தக் கதை திரைப்படமாக்க சரியான கதையா? இந்தக் கதையைப் படமாக எடுத்தால் சரியான முறையில் மக்களைச் சென்றடையுமா? என எதையும் ஆராய்ச்சி செய்யாமல், அந்தக் கதை எனக்குப் பிடித்திருக்கிறதா? அது என்னைத் துரத்துகிறதா? என்றுதான் பார்ப்பேன். அப்படித் துரத்துகிற கதையிடமிருந்து தப்பிக்க எனக்குத் தெரிந்த ஓர் ஊடகம் சினிமா.

நான் சினிமாவிற்கு வந்து 32 வருடங்கள் ஆகிவிட்டன. சினிமா பல்வேறு வடிவங்கள் எடுத்தாலும், மாறினாலும், அதன் பயன்பாட்டுவிதம், தேவைகள் மாறினாலும், எனக்கு ஒரு வகையான சினிமா தெரியும். எனக்குள்ள புரிதலின் அடிப்படையில் சினிமாவென்று நான் ஒரு வகைமையைப் புரிந்துவைத்திருக்கிறேன். என்னுடைய கையெழுத்துப் போல. *Very Original, Very Personal, Very Unique* அது பிற வகையறாக்களிடமிருந்து தனித்து அடையாளம் காணமுடிந்ததாக இருக்கும்.

அந்த அபிப்ராயங்களின் வழியேதான், நான் சினிமாக்கள் எடுக்க நினைக்கிறேன். எனக்கு அந்தக் கதை மிகவும் பிடித்திருக்கிறது. பின்பு தனியாக வேறென்ன காரணம் வேண்டும்?

வணிகரீதியான திரைப்படங்களுக்கும் இதே மனநிலை சாத்தியமா?

இல்லை, நிச்சயமாக சாத்தியமில்லை. ஏனெனில், வணிக ரீதியான திரைப்படங்களின் பிரதான நோக்கம், திரைப்படத்திற்காகச்

செலவிட்ட தொகையை லாபத்தோடு திருப்பி சம்பாதிக்கவேண்டும் என்பதே. சினிமாவிற்காக, எந்தக் கதை சரியாக இருக்கும் என்று பார்ப்பது. இந்தச் சம்பவத்தை மையமாக வைத்துத் திரைப்படம் எடுக்கலாமா? என்று யோசிப்பது. அது மக்களைச் சென்றடையுமா? என்று எண்ணுவதெல்லாம் வணிகரீதியான திரைப்படங்கள் எடுக்கும்பொழுது மட்டுமே.

அதுவே, இலக்கியங்களிலிருந்து திரைப்படங்கள் எடுக்க வருகிறபொழுது, நான் முழுக்க முழுக்க எனக்குப் பிடித்த விஷயத்தை, எனக்குத் தெரிந்த ஊடகத்தில் செய்யலாம் என்றுதான் வருகிறேன். அந்தக் கோணத்திலிருந்து மட்டுமே பார்க்கிறேன். அந்தக் கதை சரியாக வருமா? மக்கள் பார்ப்பார்களா? என்று எந்தக் கேள்விகளுக்கும் நான் இடம் கொடுப்பதில்லை. அந்தக் கேள்விகள் எல்லாம் உள்ளே வந்தாலே படமெடுக்க மாட்டேன். என்னளவில் அந்தக் கதை மிகமிகப் பிடித்திருக்கிறது. அந்தக் கதை எடுத்துக்கொண்டுள்ள ஆய்வுப்பொருள் எனக்கு மிகமிகப் பிடித்திருக்கிறது. அது என்னைத் துரத்துகிறது. அதனால், எனக்குத் தெரிந்த ஊடகத்திலிருந்து அதனை எடுக்கிறேன்.

ஒருவேளை நான் சினிமா இயக்குநராக இல்லாமல், பேச்சாளராக இருந்திருந்தால், நான் அந்தக் கதையைப் பற்றிக் கூட்டத்தில் மணிக்கணக்கில் பேசியிருப்பேன்.

முப்பத்திரண்டு வருடங்கள் கழித்தும், நீங்கள் சினிமாவில் தொடர்ந்து ஈடுபாட்டோடு இருக்கிறீர்கள். தொடர்ந்து திரைப்படங்கள் எடுத்தும் வருகிறீர்கள். என்றைக்காவது ஏன் நாம் படமெடுக்கவேண்டும், என்று சிந்தித்ததுண்டா?

என்னையும், சினிமாவையும் பிரித்துவிட்டீர்களென்றால், அதில் நான் ஒன்றுமேயில்லை. என்னுடைய 360 டிகிரி வாழ்க்கையானது சினிமாவைச் சுற்றித்தான் இருக்கிறது. என் மனதிற்குள், நான் பார்க்கிற விஷயங்களில், நான் செய்கிற வேலைகளில், செய்துமுடித்த, செய்யப்போகிற பணிகளில், எனக்குக் கிடைத்த மரியாதை, கிடைக்கப்போகிற மரியாதை, பணம், புகழ் இப்படி எல்லாமே சினிமாவிலிருந்துதான் கிடைக்கிறது. அப்படியிருக்கையில், சினிமாவையும், என்னையும் பிரிக்கமுடியாது. மீனை, தண்ணியிலிருந்து பிரிப்பதுபோலத்தான், வஸந்தை, சினிமாவிலிருந்து பிரிப்பது. அதனால், எத்தனை வருடங்கள்

கழிந்தாலும், நான் சினிமாவில் ஈடுபாட்டோடு இருப்பதில் ஆச்சரியப்படுவதற்கு ஒன்றுமில்லை.

அடுத்து, முதலில் ஏன் ஒரு கதையை சினிமாவாக மாற்றவேண்டும் என்ற கேள்விக்கு, அது எனக்குப் பிடித்திருக்கிறது. அதனால் மாற்றுகிறேன் என்று பதில் சொல்லியிருந்தேன். அதேதான் இதற்கும்.

ந.பிச்சமூர்த்தியில் ஆரம்பித்து தி.ஜானகிராமன் வரை "ஏன் எழுதுகிறேன்?" என்ற புத்தகத்தில் தன் பார்வையை எழுதியிருப்பார்கள். அந்தப் புத்தகத்தை நான் பொக்கிஷம் போல வைத்திருக்கிறேன். ஒவ்வொருவரும் தன் பதில்களை முன்வைப்பார்கள். அதில் தி.ஜானகிராமனிடம் கேட்கிறபொழுது, "ஏன் எழுதுகிறேன் என்ற கேள்வியே ஆச்சர்யமாக இருக்கிறது. ஏன் சாப்பிடுகிறோம்? என்று கேள்வி கேட்பது போல" என்பார்.

சிலர் பசிக்காகச் சாப்பிடலாம், சிலர் ருசிக்காகச் சாப்பிடலாம். பல சமயங்களில் பிறர் மனம் வருத்தப்படக்கூடாதே என்று சாப்பிடுகிறோம். ரொம்ப வற்புறுத்துகிறார்களே என்று சாப்பிடுகிறோம், இத்தனை காரணங்களும் எழுதுவதற்கும் இருக்கிறது. இத்தனை காரணங்களும் சினிமா எடுப்பதற்கும் இருக்கிறது.

ஒருவர் பிழைக்கவேண்டும் என்பதற்காக படம் எடுக்கலாம். ஒருவர் பொழுதுபோக்கிற்காகப் படம் எடுக்கலாம், ஒருத்தருக்கு நல்ல பேர் கிடைக்கவேண்டும் என்பதற்காகப் படம் எடுக்கலாம். ஒருவர் விருது வாங்கவேண்டும் என்பதற்காகப் படம் எடுக்கலாம். ஒருவர் தயாரிப்பாளர் கிடைத்துவிட்டார் என்பதற்காகவும் படம் எடுக்கலாம்.

நீங்கள் இயக்கி தேசிய விருது பெற்ற 'தக்கையின் மீது நான்கு கண்கள்.' அடுத்து 'விசாரணைக் கமிஷன்' என எழுத்தாளர். சா.கந்தசாமியின் கதைகளையே தேர்ந்தெடுக்க என்ன காரணம்?

பல எழுத்தாளர்களின் கதைகளையும் விரும்பிப் படித்திருக்கிறேன். நான் ஒரு பட்டியல் போட்டால், அதில் சா.கந்தசாமிக்கும் தனியொரு இடம் இருக்கும்.

ஆனால், நீங்கள் குறிப்பிட்டிருக்கிற இரு கதைகளையும் நான்

இயக்குவதற்கான வாய்ப்பென்பது தற்செயலாக அமைந்த ஒன்று. அப்படி நிகழ்ந்ததில், உண்மையில் இரட்டிப்பு மகிழ்ச்சி.

இந்திய மொழியிலிருந்து ஒவ்வொரு மொழியிலும், பதினான்கு இயக்குநர்களை தூர்தர்ஷன் அலைவரிசை தேர்ந்தெடுத்தது. இந்த பதினான்கு நபர்களுக்கும் ஆளுக்கு ஒரு சிறுகதையைக் கொடுத்து அதனைப் படமாக எடுங்கள், என்று சொன்னார்கள். அந்நிகழ்ச்சிக்காக நான் ஒரு படம் எடுத்துக்கொண்டிருக்கும்போதே, படத்தொகுப்பாளர் லெனின், நடிகை ரேவதி, ரோகிணி, எழுத்தாளர் ஞாநி என ஆளுக்கு ஒரு படம் எடுத்தார்கள். எனக்கு தூர்தர்ஷன் கொடுத்த கதைகளில், நான் ஏற்கனவே படித்திருந்து, அதில் என்னை அதிகமாகப் பாதித்திருந்த கதை 'தக்கையின் மீது நான்கு கண்கள்.' அந்தக் கதையே எனக்குக் கிடைத்திருப்பது அதிர்ஷ்டம் என்றுதான் சொல்லவேண்டும். அவர்கள் கொடுத்த பதினான்கு கதைகளையும் ஏற்கனவே நான் படித்தும் இருந்தேன். அதில் எனக்கு 'தக்கையின் மீது நான்கு கண்கள்' கதையை படமாக்கக் கிடைத்த வாய்ப்பை பயன்படுத்திக்கொண்டேன்.

அடுத்து, அந்நிறுவனத்தினரே என்னிடம், "முதலில் சா.கந்தசாமியுடைய கதையை எடுத்திருந்தீர்கள். அது நன்றாக இருந்தது. இன்னொரு கதை அதே எழுத்தாளருடையது இருக்கிறது. 'விசாரணைக் கமிஷன்.' இதையும் டெலி பிலிமாக எடுங்களேன்' என்று கேட்டனர். அதன்படியே விசாரணைக் கமிஷனையும் எடுத்தேன்.

எழுத்தாளர் சா. கந்தசாமியைத் தவிர்த்து, வேறெந்த எழுத்தாளர் களுடைய கதைகளையெல்லாம் படங்களாக்குகிற எண்ணத்தில் இருக்கிறீர்கள்?

நான் ஏற்கனவே எடுத்த இரு குறும்படங்களைப் பார்த்து, சா.கந்தசாமியின் கதைகளை மட்டும் எடுப்பதுபோல் சொல்லியிருந்தீர்கள். ஆனால், நான் இப்பொழுது திரைப்படமாக எடுத்துக் கொண்டிருப்பதும், திரைப்படமாக எடுப்பதற்காக

உரிமம் வாங்கி வைத்திருப்பதற்கான கதைகளைச் சொன்னால், அதிலிருந்து நிறைய எழுத்தாளர்கள் வெளிவருவார்கள்.

'மரப்பசு'வின் உரிமம் என்னிடம்தான் இருக்கிறது. இக்கதையை படமாக எடுக்க, தொடர்ந்து 2000ஆவது ஆண்டிலிருந்து போராடிக்கொண்டிருக்கிறேன். அதை மிகச் சரியான அளவில் எடுத்துமுடித்துவிடவேண்டும் என்ற காரணத்தினால் அந்தப் போராட்டம் இன்னும் தொடர்ந்துகொண்டிருக்கிறது. என். எஃப்.டி.சியில் கொடுத்தேன். அக்கதையை நிராகரித்தார்கள். நிராகரித்ததிலேயே கூட தேர்வுக்குழுவில் எனக்கு மிகவும் பிடித்த தமிழ் இயக்குநரும் இருந்தார். தி.ஜானகிராமனின் ஆத்மாவிற்கு நெருக்கமான, அவரது கதைக்கு நெருக்கமான திரைக்கதையைத்தான் நானும் அமைத்திருந்தேன். இருந்தாலும் என்.எஃப்.டி.சி அன்று நிராகரித்தது. அதனாலென்ன நானே தயாரிக்கிறேன் என்று இறங்கி அதனோடு முட்டிமோதிக்கொண்டிருக்கிறேன்.

அடுத்து. அசோகமித்திரனின் 'தண்ணீர்.' இதனை மும்பை தயாரிப்பாளர்களோடு இணைந்து இப்போது படமாக எடுத்துக்கொண்டிருக்கிறேன். மீடியா ட்ரீம்ஸில் எழுத்தாளர் சுஜாதா முக்கியமான பொறுப்பு வகித்தபொழுது, அசோகமித்திரனின் தண்ணீர் நாவலை வஸந்த் படமாக்கப்போகிறார் என்று பொதுமேடையிலேயே சுஜாதா அறிவித்தார். பின்பு மீடியா ட்ரீம்ஸ்லிருந்தும் என்னை அழைத்துப் பேசினார்கள். பின் பல்வேறு காரணங்களால் அப்போது அது எடுக்கப்பட முடியாமல் போனது.

நான் ஒவ்வொருமுறை தண்ணீரைப் படமாக இயக்க முனையும்போதும். 'நிஜமாவா வஸந்த், இந்த வாட்டியாவது எடுத்துருவீங்களா?' என்று அசோகமித்திரன் பெரிய ஆச்சர்யத்தோடு கேட்டுக்கொண்டேயிருப்பார். இம்முறை 'தண்ணீர்' படப்பிடிப்பு நிஜமாகவே ஆரம்பித்துவிட்டது. விரைவில் முழுவீச்சில் படப்பிடிப்பு நடத்திமுடிக்க ஆயத்தங்கள் நடைபெறுகின்றன.

அடுத்து. சுந்தரராமசாமி அவர்களின் பல கதைகளை என் மனதிற்கு நெருக்கமாக உணர்ந்திருக்கிறேன். அவற்றைத் திரைப்படமாக எடுக்கிற திட்டமும் இருக்கிறது. அதுகுறித்து அவர் மகன் திரு. கண்ணனிடமும் பேசியிருக்கிறேன். விரைவில் அந்த என் கனவும் மெய்ப்படும்.

ஜெயமோகனின் கதை, எஸ்.ராமகிருஷ்ணனின் கதையைப் படமாக எடுத்துக்கொண்டிருக்கிறேன். அதுதான் எனது அடுத்த வணிக ரீதியான திரைப்படம். வணிக ரீதியான படமாக இருந்தாலும், அதில் கருணாகரனையும், பார்வதி மேனனையும் நடிக்கவைத்திருக்கிறேன். ‘சிவரஞ்சனியும் இன்னும் சில பெண்களும்’ என்பதுதான் படத்தின் தலைப்பு. எழுபது சதவீதப் படப்பிடிப்பு முடிந்துவிட்டது. இந்தப் படத்தின் கதை, அசோகமித்திரன், ஜெயமோகன். எஸ்.ராமகிருஷ்ணன்.

சுந்தரராமசாமி அவர்களின் பல கதைகளை என் மனதிற்கு நெருக்கமாக உணர்ந்திருக்கிறேன். அவற்றைத் திரைப்படமாக எடுக்கிற திட்டமும் இருக்கிறது. அதுகுறித்து அவர் மகன் திரு. கண்ணனிடமும் பேசியிருக்கிறேன். விரைவில் அந்த என் கனவும் மெய்ப்படும்.

இவற்றையெல்லாம் கணக்கில்வைத்துப் பார்க்கிறபொழுது, என்னை ஒரே எழுத்தாளருடன் வேலை செய்கிறேன் என்றெல்லாம் சுருக்கவே முடியாது.

‘தக்கையின் மீது நான்கு கண்கள்’, ‘விசாரணைக் கமிஷன்’ இதில், ஒன்று சிறுகதை. மற்றொன்று நாவல். இவற்றை நீங்கள் குறும் படங்களாக எடுப்பதில் பெரிய போராட்டம் இருந்திருக்கும். பின்னர், மேற்கூறியதுபோல பல இலக்கியங்களிலிருந்து திரைப்படங்கள் எடுக்கையில் எதிர்ப்படுகிற சவால்கள்?

சொன்னதுபோல, விசாரணைக் கமிஷன் மிகவும் பெரிய நாவல்.

அதைப் குறும்படமாகச் சுருக்குகிறபொழுது நிறைய சவால்கள் இருந்தன. அதையும் தாண்டி எனக்கும் எழுத்தாளருக்கும் திருப்தியான படமாக விசாரணைக் கமிஷனைச் செய்ய முடிந்ததை நினைத்து சந்தோஷமாக உணர்கிறேன்.

'விசாரணைக் கமிஷன்' நாவல் பெரியது. அதனைக் குறும்படமாகச் சுருக்கவேண்டும். இதுபோல் ஒவ்வொரு கதைக்கும் ஒவ்வொரு காரணம் இருக்கும். இதில் எதுவும் பொதுவிதியே கிடையாது. ஒவ்வொரு நாவலுக்கும் ஒவ்வொரு சவால் இருக்கும். என்னைப் பொறுத்தவரை திரைப்படம் எடுப்பதே பெரிய சவால், சவால் என்பதுகூட சாதாரண வார்த்தை. யுத்தம் என்று வைத்துக்கொள்ளலாம்.

படப்பிடிப்புத் தளங்களில் சவால்கள் அதிகமாக இருக்கும். 'தக்கையின் மீது நான்கு கண்கள்' படத்தில் பேரனாக நடிப்பதற்கு ஒரு பையனைத் தேர்ந்தெடுத்துவிட்டு, படப்பிடிப்பிற்கு நாகர்கோவில் சென்றுவிட்டேன். படத்தில் நடிக்கவேண்டிய எல்லோரும் வந்துவிட்டார்கள். ஆனால், பேரனாக நடிக்க வேண்டிய பையன் மட்டும் வரவில்லை. அந்தச் சிறுவன் அதே நேரத்தில் பெரிய ஹீரோ, பெரிய கமர்ஷியல் படம் என்று ஒரு வாய்ப்பு வர அதற்குச் சென்றுவிட்டிருக்கிறான். குறைந்த பட்ஜெட் செலவில் எடுக்கப்படுகிற படம். நாளைக்குப் படப்பிடிப்பு, அதை நிறுத்தவும் முடியாது. எனவே நான் ஏற்கனவே ஏதோ ஒரு படத்தில் பார்த்ததுபோன்ற நினைவிருந்த ஒரு பையனை அழைத்து வரச்சொன்னேன். அந்தப் பையன்தான் சரவணன்.

அவன் படப்பிடிப்பு நடக்கிற அன்றைக்கு காலையில் வந்து இறங்குகிறான். பார்த்தால் கிராமத்துச் சிறுவனாக இல்லாமல் மாடர்னாக இருக்கிறான். நான் இன்னும் மூன்று நாட்களில் படப்பிடிப்பு முடித்துத் திரும்பியாக வேண்டும்.

எனவே, நானே அவனுக்கு கிராமத்துச் சிறுவன் போல முடிவெட்டிவிட்டு, மாற்றி நடிக்க வைத்தேன். அவன்கூட அண்மையில் ஒரு படத்தில் ஹீரோவாக நடித்து முடித்திருக்கிறான்.

எனக்கு ஆரம்பகாலத்திலிருந்தே சினிமா ஒரு போராட்டமான விஷயமாகத்தான் இருக்கிறது. அதிலும் நாவலை ஒரு திரைப்படமாக மாற்றுகிறபொழுது, நிச்சயமாக பல சவால்கள் இருக்கின்றன.

ஒவ்வொரு கதைக்கும் இது வேறுபடும். மரப்பசுவிற்கு சவால் வேறு. விசாரணைக் கமிஷனுக்குண்டான சவால் வேறு. அதேபோல சினிமாவிற்கான ஊடகம் வேறு, இலக்கியத்திற்கான ஊடகம் வேறு. எழுத்தாளர் ஒன்றைப் பல பக்கங்களுக்கு விவரிக்கையில் அவருக்கும் ஒரு காரணம் இருந்திருக்கும். அது சினிமாவாக மாற்றப்படுகிறபொழுது, ஒரு ஊடகத்திலிருந்து, வேறு ஒரு ஊடகத்திற்கு அது மாற்றப்படுகிறது என்பதைக் கவனத்தில் கொள்ளவேண்டும்.

உதிரிப்பூக்கள், முள்ளும் மலரும் போன்ற படங்கள் எல்லாம் இலக்கியத்திலிருந்து சினிமாக்களாக எடுக்கப்பட்டிருக்கின்றன. பரவலான பாராட்டையும் பெற்றிருக்கின்றன. இருப்பினும் தமிழிலிருந்து அதிகமான சினிமாக்கள் இலக்கியத்திலிருந்து வரவில்லையே என்ன காரணம்?

இலக்கியம், நம் எல்லோரையுமே கடவுள் போல பார்க்க வைக்கிறது. நாம் கதாநாயக வழிபாட்டிற்கு எதிரானவர்களாக இருக்கிறோம். ஆனால், நாம் இலக்கியத்தை வழிபடுவதையும் கொஞ்சம் நினைத்துப் பார்க்கவேண்டும். எல்லாமே கேள்விக்கு உட்பட்டது தானே. எதை நீங்கள் வழிபட்டாலும் அது கேள்விக்கு உரியதுதானே.

நாம் இலக்கியத்தை வழிபடுவதற்கான, காரணம் என்னவெனில் நோக்கம் மட்டுமே. வணிகம் என்பதே நம் ஊரில் மரியாதைக் குறைவான விஷயம். ஆனால், வணிக நோக்கம், திரைப்படங்களுக்கு இருக்கிறது. அதுவே. இலக்கியத்தின் பக்கமாக நிற்பவர்களுக்கு, ஒரு புத்தகம் எழுதி, அல்லது பதிப்பகம் ஆரம்பித்து கோடிகோடியாகச் சம்பாதித்துவிடவேண்டும் என்ற எண்ணமெல்லாம் இல்லை. இந்தக் காலகட்டத்தில் நடக்கிற விஷயத்தைப் பதிவு செய்வதன் மூலமாக, அல்லது எழுத்தாளர்கள் தங்கள் அனுபவங்களின் வழி கண்டடைந்த உண்மைகளை எழுத்தில் கையாள்கிறபொழுது, உண்டாகிற அந்த இலக்கியத்தினால் சமூகம் பயன்பெறவேண்டும் என்ற நோக்கமே பிரதானமாக இருக்கிறது. அதைப் படிக்கிற வாசகர்கள் பயன்பெறுகிறார்கள். இதவை இலக்கியம் அதற்குரிய மரியாதையோடு, வழிபாட்டுத்தன்மையோடுதான் இருக்கும். இலக்கியத்தை நானும் வழிபடுகிறேன்.

திரைப்படங்களிலிருந்து, இலக்கியங்களை உயர்ந்த பீடத்தில்

வைத்திருப்பதற்கான காரணம், இவ்விரண்டிற்குமான நோக்கம்தான். அந்த நோக்கமும் உயர்ந்த நோக்கமாக இருக்கிற காரணத்தினால், அவற்றை வழிபடுகிறோம். அவற்றைக் கொண்டாடுகிறோம். இதே காரணத்திற்காகவே, எப்படியாவது நாம் திரைப்படம் எடுக்கிறபொழுது, அது இலக்கியம் சார்ந்ததாக. தொடர்புபடுத்திக் கொள்கிறோம்.

உதிரிப்பூக்கள், புதுமைப்பித்தனின் சிறுகதையிலிருந்து எடுக்கப்பட்டது என்று சொல்லாவிட்டாலும் கூட என்னைப் பொறுத்தவரைக்கும் ஒரு சதவீதம் கூட 'உதரிப்பூக்கள்' படத்திற்குண்டான மரியாதை குறையப்போவது இல்லை. ஆனால். இயக்குநர் மகேந்திரனுக்கு எழுத்தாளர் புதுமைப்பித்தனை. மிகவும் பிடிக்கும். அவரது 'உதரிப்பூக்கள்' கதைக்கான ஆரம்பம், புதுமைப்பித்தனின் 'சிற்றன்னை'யிலிருந்து வந்தது. ஆகையால், மகேந்திரனின் பெருந்தன்மையால், இலக்கியத்தை வழிபடும் தன்மையால், இலக்கியத்தின் தீவிர ரசிகராகவெல்லாம் அவர் இருப்பதால், புதுமைப்பித்தனின் பெயரை திரையில் கொடுத்து, அவருக்கு மரியாதை செலுத்தியிருக்கிறார். இப்படித்தான், புதுமைப்பித்தனின் சிற்றன்னையை இருபது வருடங்கள் முன்னால் நான் வாங்கிப்படித்தபோது உணர்ந்தேன்.

நீங்களும் அந்தக் கதையை வாங்கிப் படிக்கலாம். 'உதிரிப்பூக்கள்' திரைப்படத்தையும் பார்க்கலாம், இலக்கியத்திலிருந்து ஒரு படம் எடுக்கப்பட்டிருப்பதனால் மட்டுமே அது வெற்றியடைந்ததாக ஏற்றுக்கொள்ள முடியாது. உதிரிப்பூக்கள், இவ்வளவு நாட்கள் கழித்தும் உயிர்ப்போடு இருப்பதற்கு மகேந்திரன் அவர்கள் மட்டுமே முழுக்க முழுக்கக் காரணம்.

புதுமைப்பித்தனின் எழுத்துகள் எனக்கும் மிகப்பிடிக்கும். அவரது கடவுளும் கந்தசாமிப் பிள்ளையும், என்ற கதையை மகேந்திரன் எடுத்திருந்தால் அது வேறுவிஷயம். புதுமைப்பித்தனின் எழுத்துக்களில் சிற்றன்னைதான் சிறந்ததா? என்பதில் ஒரு வாதம் கூட எழலாம். ஆனால், மகேந்திரனின் ஆகச்சிறந்த திரைப்படம் 'உதிரிப்பூக்கள்' என்பதில் விவாதமே இருக்க முடியாது

அப்படி இலக்கியத்திற்குண்டான மரியாதையுடன், இலக்கியத்தி லிருந்து தமிழில் மிகக்குறைவான படங்களே எடுக்கப்பட்டிருக்கின்றன.

இப்போது நிறைய இயக்குநர்கள் குறும்படத்திலிருந்து, திரைப்படங்கள் நோக்கி நகர்ந்திருக்கிறார்கள். ஆனால், நீங்கள் திரைப்படங்கள் எடுத்துக்கொண்டிருந்தாலும், குறும்படங்கள் நோக்கிவர என்ன காரணம்?

எனக்குப் பிடித்த விஷயங்களைத்தான் செய்வேன். இதைத்தான் கடைப்பிடிக்கிறேன். அந்த விதத்தில் சினிமா என்பது ஒரு ஊடகமாக எனக்கு மிகப்பிடித்த விஷயம். குறும்படங்கள் மட்டுமல்ல, விளம்பரப் படங்களும் அதிகம் எடுத்திருக்கிறேன். டாப் ரெமன் விளம்பரம் எடுத்தது அடியேன்தான். த்ரிஷா இரட்டையராக வருகிற, விவல் சோப் என நூறுக்கும் மேற்பட்ட விளம்பரப் படங்கள் எடுத்திருக்கிறேன். விளம்பரப் படங்களும் எனக்கு ஒரு ஊடகம்தான். அவைகளும் எனக்கு மிகப்பிடிக்கும். நான் இயக்கியதோடல்லாமல், நான் விரும்புகிற எத்தனையோ விளம்பரப் படங்கள் இருக்கின்றன. அதை நான் ரசிக்கிறேன். நான் ரசிக்கிற விஷயங்களைச் செய்கிறேன். நான் ரசிப்பது சிறுகதையாக இருக்கிறபொழுது குறும்படங்கள் செய்கிறேன். தூர்தர்ஷனிலிருந்து குறும்படங்கள் எடுக்க எனக்கு அழைப்பு வந்தபோது, நான் ஏற்கனவே நிறைய திரைப்படங்கள் எடுத்தவன். பின்பு எப்படி குறும்படங்கள் எடுப்பது என்றெல்லாம் தயங்கவில்லை. 'தக்கையின் மீது நான்கு கண்கள்' போல ஒரு படமெடுப்பதைவிட வேறு சந்தோஷம் என்ன இருக்கமுடியும்? அந்தப் படத்திற்கு தேசியவிருதும் கிடைத்தது.

திரைப்படங்கள், குறும்படங்கள், விளம்பரப்படங்கள் என எல்லாம் சினிமா என்கிற ஊடகமாக இருந்தாலும், அவற்றில் ஒவ்வொன்றும் தனிச்சிறப்புடையது. ஒவ்வொன்றிலும் ஒவ்வொரு வகையான கதை சொல்லலைக் கடைப்பிடித்திருப்பீர்கள். விளம்பரப் படங்களுக்கான பாணி, முந்தைய இரண்டிலிருந்து எப்படி வேறுபடுகிறது?

விளம்பரப் படங்களின் மிகப் பெரிய நன்மதிப்பாக நான் சொல்வது நாற்பது நொடிகளுக்குள் ஒரு விஷயத்தைச் சொல்லவேண்டும். அதுவும் மக்களுக்கு எளிதாகப் புரியவேண்டுமென்பது மாபெரும் சவால்.

ஒரு கதையைத் தேர்ந்தெடுத்த பின்னர், அந்த எழுத்தாளருடன்

இணைந்து கதை நடக்கிற இடத்திற்குச் சென்று விவாதிப்பது, கள ஆய்வுகள் செய்வது, மேலும் அக்கதை சினிமாவாக மாறுகிற பொழுது அவருடன் இணைந்து பணியாற்றுகிற வழக்கம் கொண்டிருக்கிறீர்களா?

எனக்கு ஒரு கதை பிடித்து, அந்தக் கதையைப் படமாக எடுக்கிறேன் என்று இறங்கிவிட்டால், அந்தக் கதையிலேயே எழுத்தாளர் எல்லா விஷயங்களையும் சொல்லியிருப்பார். அதற்குமேல் அந்த எழுத்தாளருக்கும், கதைக்குமான தொடர்பு முடிந்துபோகிறது. அது படமாகிறபொழுது, அந்தக் கதையல்ல என் படம். அந்தக் கதையைத் தாண்டி, அது என்னுடைய படம். அந்தக் கதையை என் படமாக மாற்ற முயற்சிக்கிறேன். அம்முயற்சியில் இருக்கிறபொழுது, ஒவ்வொரு நகர்விற்கும் அந்த எழுத்தாளரின் உதவியைத் தேடிச்சென்றால், அது என்னுடைய படமாக இல்லாமல், அந்த எழுத்தாளரின் படமாக இருக்கும். எழுத்தாளர் சொல்ல வேண்டிய விஷயங்கள் எல்லாவற்றையுமே அந்தக் கதையில் சொல்லியிருப்பார்.

நான் அந்தக் கதையை மனதில் உள்வாங்கிக்கொண்டு, என் மனதிலேயே இருந்து ஊறி, பின்பு அது என்னுடைய படமாக வெளிவரவேண்டும் என்றே ஆசைப்படுகிறேன். அந்தச் செயல்பாடுகளைத்தான் நானும் விரும்புகிறேன். அப்படித்தான் என்னாலும் வேலை செய்ய முடியும். அதற்காகவே கதையைக் கடந்து, எழுத்தாளர்களுடனான கலந்துரையாடல் எல்லாம் வழக்கமாகச் செய்வதில்லை. பின்னர் கதை, படமான பின்னர் அந்த எழுத்தாளருக்குப் பிடிக்குமா? மற்றவர்கள் என்ன நினைத்துக்கொள்வார்கள்? என்ற எந்தக் கேள்விகளுக்குள்ளும் நான் செல்வதில்லை.

படம் எடுத்த பின்னர், அதனை *'A Vasanth sai Film'* என்றுதான் சொல்கிறோம். அதேவேளையில் இதே கதையை இன்னொருவர் வேறு முறையில் எடுக்கலாம்.

அதே எழுத்தாளரே கூட அந்தக் கதையை இயக்கலாம். அப்பொழுதும் அதே கதை வேறு ஒரு படமாக மாறும். இதனால் தான் 'ரோமியோ ஜூலியட்' படமே பலமுறை எடுக்கப்பட்டிருக்கிறது. இது என் பார்வை.

நீங்கள் ஏற்கனவே பல படங்கள் எடுத்துப் பயிற்சி பெற்றிருக்கிறீர்கள். ஆனால், புதிதாக ஒருவர் இலக்கியத்திலிருந்து படம் இயக்கலாம் என்று நினைக்கையில், அந்த எழுத்தாளரின் வழிகாட்டுதலும் அவர்களுக்கு உதவும்தானே?

எழுத்தாளர் கதையில் சொல்லிய விஷயத்தோடு மேலும் அதிக தகவல்கள் அந்த இளைஞர்களுக்குத் தேவைப்பட்டால், மேலும் அக்கதையைப் புரிந்துகொள்ளவேண்டும், என்று நினைத்தால், கண்டிப்பாக அந்த எழுத்தாளருடன் கலந்து பேசலாம். தவறில்லை. ஆனால், அந்த எழுத்தாளர் அவர் பார்வை யிலிருந்து சொல்கிற ஒவ்வொரு விஷயத்தையும், ஆமோதித்து அந்த விஷயங்களையெல்லாம், உங்கள் படத்தில் வைத்தால். அது உங்களுடைய படமாக இருக்காது என்றுதான் சொல்ல வருகிறேன்.

'தண்ணீர்' கதைக்காக மட்டும் அசோகமித்திரன் சாருடன் இணைந்து பலமுறை பேசியிருக்கிறேன். கதை அந்தக் கால தி.நகர், தாமோதரன் சாலையை மையப்படுத்தி எழுதப்பட்டிருக்கிறது. *Period Film* என்பதால், சில கூடுதல் தகவல்களுக்காக அவருடன் கலந்து பேசியிருக்கிறேன்.

இயக்குநர்களுக்கு வாசிப்புப் பழக்கம் நிச்சயம் தேவை என்றும், சிலர் வாசிப்பினால் வரக்கூடிய அனுபவத்தை வாழ்க்கையிலிருந்தும், அறியமுடியும் என்று கூறுவதுண்டு. இதில் நீங்கள் எந்தப் பக்கம்?

என்னைப் பொறுத்தவரை வாசிப்புப் பழக்கத்தை *The Rule*-ஆகச் சொல்லமாட்டேன். பின்னர் அது கட்டாயக் கல்வி போலாகிவிடும். அதனால், படித்தால்தான் சினிமா எடுக்கமுடியும், இலக்கியம் தெரிந்தால்தான் சினிமா எடுக்கமுடியும் என்றெல்லாம் சொல்லமுடியாது.

எத்தனையோ பேர் இலக்கியமே தெரியாமல், இலக்கியப் படைப்பிற்கு நிகரான திரைப்படங்களை எடுத்திருக்கிறார்கள். அவர்களுக்கு சமுதாயப் பார்வை, சமுதாய விழிப்புணர்வு இருந்தால், அந்தளவிற்கு அவர்களால் தீவிரப் படைப்புகளை உருவாக்கமுடியும்.

இதற்கு நேர் எதிராக, வெற்றிபெற்ற திரைப்படங்கள் எடுப்பதுதான்

உங்கள் ஆசை எனில், அதற்குத் தேவையான விஷயங்களைக் கற்றுக்கொண்டால் வெற்றிபெறுகிற திரைப்படங்களை நீங்கள் எடுக்கப்போகிறீர்கள். ஒரு நல்ல சினிமா எடுப்பதற்கு இலக்கியம் மட்டும்தான் ஒரேவழி என்று நான் நினைக்கவில்லை.

ஆனால், தனிப்பட்ட முறையில் எனக்கு வாசிப்பினால் கணக்கிலடங்கா பலன் இருந்திருக்கிறது. இலக்கியம் இல்லாமலே கூட தனிப்பட்ட வாழ்க்கையிலிருந்து உங்களுக்கு ஏகப்பட்ட அனுபவங்கள் உண்டாகலாம். வாழ்க்கையை அதிகமாக கவனித்துப் படித்திருக்கலாம். வாழ்க்கையிலிருந்தும் ஆகச்சிறந்த சினிமாக்களை நீங்கள் எடுக்கமுடியும். எடுக்க வாய்ப்பிருக்கிறது.

ஆனால், இலக்கியம் என்பது சிறந்த கருவி, அதேசமயம் எனக்குள்ள வருத்தம். நான் அதிகமாக இலக்கியத்தை ரசித்ததன் காரணமாகத்தானோ என்னவோ, அதிகமாக திரைப்படங்கள் எடுக்கவில்லை என்று தோன்றுகிறது. ஏனென்றால், ரசிக மனோபாவத்தினாலேயே நமக்குள் சந்தோஷம், திருப்தி எல்லாமே கிடைத்துவிடுகிறது. ரசிக அனுபவத்திற்கு மிஞ்சியது எதுவுமே கிடையாது என்று நான் நினைக்கிறேன்.

எல்லாமே நமக்குத் தெரியாது. நமக்குத் தெரிந்தவர்களிடம், படித்தவர்களிடம் பட்டியல் வாங்கி, அவர்கள் கொடுப்பதைப் படித்துத் தெரிந்துகொள்ளலாம். நான் 21 வயதாக இருக்கிறபொழுது அதைத்தான் செய்தேன். சந்திக்கிற எழுத்தாளர்களிடமெல்லாம் நீங்கள் படித்ததில் பிடித்தது என்று ஒரு பட்டியல் வாங்கிக்கொண்டுதான் ஒவ்வொரு எழுத்தாளர்களாகப் படித்துக் கடந்துவந்தேன். ‘நீங்கள் என்ன செய்துகொண்டிருக்கிறீர்கள்?’ என்று என்னைக் கேட்டால். ‘புத்தகம் படிக்கிறேன்’ என்று சொல்கிற அளவிற்கு முழுநேரமாகப் புத்தகங்கள் படித்திருக்கிறேன்.

உங்களிடம் அப்படி ஒரு பட்டியல் கேட்டால், அதில் என்னென்ன புத்தகங்களெல்லாம் இருக்கும்?

நீண்ட பட்டியலாக இருக்கும். சட்டென மனதில் வருபவற்றை மட்டும் சொல்கிறேன். ஏனென்றால், ஒருமுறை இதேபோன்று ஒரு பட்டியலைக் கொடுக்க. ‘அதில் என் பெயர் இல்லையே.’ என்று பிரபலமான எழுத்தாளர் ஒருவர் என்னிடம் கேட்க, எனக்கு மிகவும் வருத்தமாக இருந்தது. ஏனென்றால் நிஜமாகவே

அந்த எழுத்தாளரின் கதை எனக்கு மிகவும் பிடிக்கும். அதனால், சட்டென மனதிற்கு ஞாபகத்தில் வருவதை மட்டும் சொல்கிறேன்.

எனக்கு அசோகமித்திரனின் அனைத்துக் கதைகளும் பிடிக்கும். அதிலும் விழா மாலைப் பொழுது, இன்ஸ்பெக்டர் செண்பகராமன், இருவர், மானசரோவர். எலி, என இன்னும் நிறைய கதைகள், நாவல்களைச் சொல்லலாம்.

'ஆசை' படத்தில், பிடிபட்ட எலியை ரோட்டில் பறந்த வெளியில் விடுகிற காட்சியிருக்கும். இந்தக் காட்சிக்கு அசோகமித்திரனின் 'எலி' கதையைத் தவிர எந்த உந்துதலும் இல்லை. அதனால் இந்தக் காட்சி அந்தச் சிறுகதையிலிருந்து காப்பியடிக்கப்பட்டது என்ற முடிவிற்கு வரவேண்டாம். அது. அந்தக் கதையைப் படித்தாலே தெரியும். ஆனால், எலி கதையின் தாக்கத்தை என்னுடைய கதாபாத்திரமான மேஜர் மாதவன் என்கிற வில்லன் பாத்திரத்திற்குப் பயன்படுத்தித்தான் ஆசுவாசமடைந்தேன்.

தி.ஜானகிராமன் என்னைப் பொறுத்தவரை சிறுகதைகளின் மாமன்னர். 'கடன் தீர்ந்தது' என்ற கதையில் ஆரம்பித்து. நிறைய கதைகளைச் சொல்லலாம். 'வெங்கிடி சார் ஏன் ஓடினார்' என்ற தலைப்புடைய ஒரு கதை. 'நாலாவது சார்' போன்ற கதைகள் எல்லாவற்றையும் படமாக எடுக்க முடிந்தால், எனக்கு சந்தோஷமாக இருக்கும். தி.ஜா.வின் மரப்பசு, அம்மா வந்தாள். மோகமுள். செம்பருத்தி... இப்படி அனைத்தும் எனக்குப் பிடிக்கும்.

ஜெயகாந்தன் என்றால் 'பாரீசுக்குப் போ!' என்பதிலிருந்து 'ஒரு மனிதன் ஒரு வீடு ஒரு உலகம்'. அதில் வருகிற ஹென்றி கதாபாத்திரம், 'அந்தரங்கம் புனிதமானது'. இப்படி ஜெயகாந்தனின் ஒவ்வொரு கதைகளையும் சொல்லிக்கொண்டே போகலாம்.

ஜெயமோகன், வண்ணநிலவன், வண்ணதாசன், எழுத்துகள் மிகவும் பிடிக்கும். வண்ணநிலவனின் 'எஸ்தர்' கதையைப் படமாக

எடுத்துவிட வேண்டும் என்று வெகுநாள் ஆசை. ஆனால் அதன் உரிமம் வேறு ஒருவரிடம் உள்ளது. வண்ணதாசனின் 'தேர்' கதை மிகவும் பிடிக்கும். அந்தக் கதையின் உரிமம் ஜேடி ஜெர்ரியிடம் உள்ளது. பின்னர் அவரது 'போர்வை' கதை மிகவும் பிடிக்கும்.

ஜெயந்தன் எழுதிய எல்லாக் கதைகளும் பிடிக்கும். சரித்திரக் கதைகள் பக்கமாக அதிகம் போகாமலிருந்தேன். 'கடல் புறா' என்பதெல்லாம் பெயரளவில்தான் தெரியும். 'பொன்னியின் செல்வன்' கூட படித்ததில்லை.

2010க்குப் பின் பொன்னியின் செல்வன் படித்தேன். ஏனென்றால், மணிரத்னம் அதனைப் படமாக எடுக்கத் திட்டமிட்டிருந்தார். அதன் திரைக்கதையில் வேலை செய்யவேண்டிய சூழல் இருந்ததால் அப்பொழுதுதான் முதல் தடவையாக வந்தியத் தேவனைச் சந்திக்கிறேன். பின்னர் கல்கியின் சமூகக் கதைகள் மிகவும் பிடிக்கும். கல்கி மிக சுவாரஸ்யமான கதைசொல்லி. சுஜாதாவின் பல ஆரம்பங்களை கல்கியிடம் பார்க்கலாம்.

ஜே.டி. சாலிஞ்ஜரின் *Raise High the Roof Beam, Carpenters and Seymour, catcher in the rye* இவைகளெல்லாம். சுஜாதா சொல்லியதன் பேரில் படித்தேன்.

சுஜாதா எனக்கு மிகவும் பிடித்த எழுத்தாளர். அவரோடு மிக நெருங்கிப் பழகியிருக்கிறேன். மன்மதன், விருப்பமில்லா திருப்பங்கள், ஜன்னல் மலர், குருபிரசாத்தின் கடைசி தினம், காகித சங்கிலிகள், மண்மகன் என எத்தனையோ கதைகளைச் சொல்லலாம். இதில் விருப்பமில்லா திருப்பங்கள் கதை வருகிறபொழுது, நான் சாவி பத்திரிகையில் படித்துக்கொண்டே உதவி ஆசிரியராகவும் வேலை செய்துவந்தேன். அங்கு சுஜாதா சாரின் கதைகள் வரும். அவருடைய கையெழுத்து புரியவே புரியாது. 'அவர் எழுதியவைகளைப் படித்து யாராலும் சொல்லமுடியாது,' என்று சவால் விடலாம். அந்தளவிற்கு கிறுக்கி கிறுக்கி எழுதுவார்.

அப்படி கையெழுத்துப் பிரதியிலேயே சுஜாதாவின் கதைகளைப் படித்திருக்கிற அனுபவம் எனக்கிருக்கிறது.

‘அனுத்தம்மா’ என்பதிலிருந்து ஆரம்பித்துதான் ஜெயகாந்தன் வரையில் வந்தேன். பின்னர் ஜெயகாந்தனையும் தாண்டி சுந்தர ராமசாமி, மௌனி, லா.ச.ரா என்று மாறினேன். லா.ச.ராவின் ஜனனிக்கு மிகப்பெரிய விசிறி நான். அவருடைய தாட்சாயினியை படமாக்க நினைத்திருக்கிறேன். பின்னர் ’பாற்கடல்’ கதை. இப்படி எத்தனையோ கதைகளைச் சொல்லிக்கொண்டே போகலாம். தமிழ் இலக்கியத்தில் இப்படி எத்தனையோ ஜாம்பவான்கள் இருந்தார்கள்.

கு.ப.ராஜகோபாலனின் சிறுகதைகளை சிறுவயதிலிருந்து படித்துக்கொண்டிருக்கிறேன். ‘ஆற்றாமை’ கதையை சினிமாவாக எடுக்காமல் ஏன் இன்னும் சினிமாவில் இருக்கிறேன் என்றே தோன்றும். தஞ்சை ப்ரகாஷ் மிகவும் பிடிக்கும். எனக்கு தமிழ் இலக்கியத்தில் பிடிக்காதவர்கள் என்று வேண்டுமானால் எளிதாகச் சொல்லிவிடலாம், பிடித்தவர்கள் அத்தனைபேர் இருக்கிறார்கள்.

திலிப்குமாரின் தீர்வுக்கதைக்கும் விமலாதித்த மாமல்லன் ‘இலை’ கதைக்குமான தமிழ்ச் சிறுகதைகளை விரல்விட்டு எண்ணிவிடலாம்.

சாரு நிவேதிதாவின், ‘எக்ஸிஸ்டென்ஷியலிசமும் ஃபேன்சி பனியனும்’. என்பதில் ஆரம்பித்து ‘ராஸ லீலா’ வரை எதையும் விட்டதில்லை. எழுதுவதில் சாரு முக்கியமான ஆளுமை. இப்படி யுவன் சந்திரசேகர் வரை படித்திருக்கிறேன். பால் சக்காரியா கதைகள் அதிகம் பிடிக்கும்.

நிறைய படங்களைத் தேடித்தேடிப் பார்த்தேன். நிறைய புத்தகங்களைத் தேடித்தேடிப் படித்தேன். நிறைய இசைகளைத் தேடித்தேடிக் கேட்டேன். இதனால் என்ன லாபம் வந்தது என்பதை விட அவற்றைப் படிப்பது, கேட்பது, பார்ப்பது இதெல்லாமே லாபம்தானே. அதைத்தவிர வேறென்ன வேண்டும். தேடித்தேடிப் படிப்பதும், கேட்பதும், பார்ப்பதையும்தான் லாபமாக நினைத்து நான் செய்தேன்.

இப்போது சொல்லுங்கள். படைப்பாளியாகவும், ரசிகனாகவும் இருக்கிற நீங்கள், இவ்விரண்டில் எதில் திருப்தியடைகிறீர்கள்?

அதிகப்படியான தன்னிறைவு. முழு திருப்தி எல்லாம் ரசிகனாகத்தான் எனக்குக் கிடைத்திருக்கிறது. அந்த எழுத்தாளர்களோ, இலக்கியவாதிகளோ, திரைப்படம் எடுத்தவர்களோ, அவரவரும் என்ன நினைத்து எடுத்தாரோ. அதை அப்படியே உணர்ந்த தருணங்கள் எனக்கு ரசிக அனுபவத்திலிருந்து பொக்கிஷங்களாகக் கிடைத்திருக்கின்றன.

அதேபோல என் படத்தையும், இன்னொரு படைப்பாளி வெகுவாக பாராட்டியிருக்கிறார். 'கேளடி கண்மணி' திரைப்படத்திற்கு வெள்ளி விழா நடக்கிறது. படம் பெரிய வெற்றி, 235 நாட்கள் இங்கு ஓடியது. அதற்காக ஒரு விழா எடுக்கிறார்கள். வழக்கமாக இதுபோன்ற விழாக்களுக்கு ஐந்து கதாநாயகர்களை அழைத்துதான் விழா எடுப்பார்கள். ஆனால், நான் எனக்குப் பிடித்த ஐந்து இயக்குநர்களை அழைத்து விழா எடுத்தேன்.

பாலச்சந்தர், மணிரத்னம், மகேந்திரன், பாலு மகேந்திரா, பாரதி ராஜா தலைமை தாங்கினார்கள்.

நான் 'கேளடி கண்மணி' படம் எடுக்கிறபொழுது, படத்தின் மொத்தக் கதையையும் இரண்டே ஷாட்களில் சொல்வதற்குக் காட்சியமைப்பிலேயே எனக்கொரு வாய்ப்பு வந்தது. அதையும் படத்திற்குள்ளேயே சொல்ல முடிந்தது. தற்செயலாக வந்த இந்தக் காட்சியை, அதன்போலவே நான் அமைத்திருந்தேன். அனாதை ஆசிரமத்தில் அந்தக் குழந்தை சேர்ந்துவிடும். குழந்தையைத் தேடிக்கொண்டு ஆசிரமத்திற்கு ராதிகாவும், எஸ்.பி.பியும் போவார்கள். ஆசிரமத்திற்குப் போனபின்பு ராதிகா சொல்வார். 'நான் வேண்டாம். நீங்க மட்டுமே அந்தக் குழந்தையைக் கூட்டிக்கொண்டு போய்விடுங்கள். என்னை எதிர்த்துதான் அந்தக் குழந்தையே அனாதை ஆசிரமம் வரையில் வந்திருக்கிறாள். அதனால் நான் வரவில்லை. நீங்களும் குழந்தையும் மட்டுமே போங்க' என்று ராதிகா அவர்களிடமிருந்து ஒதுங்கிக்கொள்வாள். ஆக, ஆசிரமத்திலிருந்து திரும்பிப் போகிறபொழுது அந்தக் குழந்தையும். எஸ்.பி.பியும் மட்டுமே போவார்கள்.

இப்படியொரு காட்சியை நான் படிமமாக்கினேன். அந்த

ஆசிரமத்திற்குள் போகிறபொழுது, ராதிகாவும், எஸ்.பி.பியும் ஒரே குடையில் போவார்கள். வெளியில் வரும்பொழுது அதேபோல எஸ்.பி.பியும் அந்தக் குழந்தையும் ஒரே குடையில் வருவார்கள். முழுப்படமும் சொல்ல வருகிற விஷயத்தை இந்த இரண்டு ஷாட்களில் அடக்கிவிடலாம்.

இந்தக் காட்சியைக் குறித்து பாரதிராஜா சார் மேடையில் பேசினார். 'இயக்குநர் இதை விளக்கத்தான் இந்த இரண்டு ஷாட்களையும் வைத்திருக்கிறார்' என்று பாரதிராஜா, தன்னுடைய பார்வையிலிருந்து பேசுகிறார். இதுதான் ரசிக அனுபவம், இது பாரதிராஜா சாரின் ரசிக அனுபவம். இதுபோல கோடிக்கணக்கான விஷயங்கள். பாரதிராஜாவின், படங்கள் மேலும், பாலச்சந்தர் படங்கள் மேலும் எனக்கு ஏற்பட்டிருக்கிறது. உலகத்தில் இருக்கிற அத்தனை திரைப்பட மேதைகளிடமும், இலக்கியத்திலிருந்தும் எனக்கு மறக்கமுடியாத அனுபவங்கள் கிடைத்திருக்கின்றன. ரசிப்புத்தன்மையிலேயே முழு திருப்தி கிடைத்துவிடுகிறது.

சிறிது நாட்களுக்கு முன், என்னுடன் பேசிக்கொண்டிருந்த நண்பர் 'அதிகமாக இப்போதெல்லாம் படங்கள் பார்ப்பதில்லை' என்று சொன்னார். 'என்ன காரணம்' என்று கேட்டேன். 'பார்க்கிற படங்களில் இருந்தே கலைஞனுக்கான திருப்தி கிடைச்சிடுது சார்.' என்றார்.

'தக்கையின் மீது நான்கு கண்கள்' கதையை ஏற்கெனவே பலரும் படித்திருப்பார்கள். கதையாக எழுதுகிறபொழுது. 1160 பேர் படிக்கிறார்கள், பலவிதமான காட்சிப் படிமங்கள் அவர்களது மனதிற்குள் வரும். ஆனால், அதைப் படமாக எடுத்தீர்கள் என்றால், நீங்கள் காட்டுவதுதான் அந்தக் காட்சி. உங்களது பார்வையிலிருந்துதான் எல்லோரும் பார்க்கவேண்டும். வாசகர்கள் எப்படியும் தான் படித்து உணர்ந்திருக்கிற கதையின் காட்சியமைப்புக்குக் குறைவில்லாத எதிர்பார்ப்புடன்தான் படம் பார்க்க அமர்வார்கள். அந்த எதிர்பார்ப்பை எப்படிப் பூர்த்தி செய்கிறீர்கள்?

நீங்கள் சொல்கிற கருத்து எல்லோருக்கும் இருக்கும். 'மூன்று பேர் மூன்று காதல்' என்று ஒரு படம் எடுக்கிறேன் என்றால், மக்கள் அந்தப் படத்தின் தலைப்பையும், அதில் நடிக்கிற நடிகர் நடிகைகளையும், படத்திற்கான இசை, பாடல்களையும் வைத்து

முன்கூட்டியே இந்தப் படம் இப்படியிருக்கலாம் என்று ஒரு சித்திரத்தை உருவாக்கிக்கொள்கிறார்கள். அந்தச் சித்திரத்திலிருந்து இந்தக் கதை சரியாகயிருக்கிறதா? பொருந்திவருகிறதா? என்றுதான் படம் பார்க்கிறார்கள். இதை மார்க்கெட்டிங் தியரியில் *expectation against satisfaction* என்று சொல்வார்கள்.

சுயமுன்னேற்ற வகுப்புகளெல்லாம் எடுக்கிறபொழுது. நான் இந்தக் கதையைச் சொல்லியிருக்கிறேன். நீங்களும், நானும் யாரென்றே தெரியாது. நான் திடீரென்று உங்களுக்கு ஒருநாள் போன் செய்கிறேன். நீங்க என்னை யாரென்று கேட்கிறீர்கள். நான் ‘இன்னைக்கு பொதுவாக ஒரு அலைபேசி எண்ணை அழைத்து, அவருக்கு ஆயிரம் ரூபாய் தரலாம் என்று நினைத்தேன். அதில் உங்கள் எண் கிடைத்திருக்கிறது” என்கிறேன். நீங்கள் இந்தக் கதையைப் போலவே நான் சொல்வதையும் மிகுந்த ஆச்சர்யத்துடன் கேட்கிறீர்கள். ‘உண்மையாகத்தான் சொல்கிறீர்களா, விளையாடுகிறீர்களா?’ என்று உறுதிப்படுத்திக் கொள்கிறீர்கள். ‘விளையாட்டெல்லாம் இல்லை, நான் சொல்கிற இடத்திற்கு வந்து நீங்கள் உங்களுக்குச் சேரவேண்டிய ஆயிரம் ரூபாயை வாங்கிப்போகலாம்’ என்கிறேன்.

‘நீங்க ரொம்ப நல்ல மனுஷனா இருக்கீங்களே, நான் வரும்போது எதாவது ஆதாரம் கொண்டுவரணுமா.’ என்று கேட்கிறீர்கள். ‘அதெல்லாம் ஒன்றுமே வேண்டாம். நீங்கள் என் இடத்திற்கு வந்தவுடன் உங்களுக்கு ஒரு போன் செய்வேன். அந்த போனை நீங்கள் வைத்திருந்தால், அடுத்த நிமிடம் உங்களுக்கு ஆயிரம் ரூபாய்’ என்கிறேன்.

முகவரியை வாங்கிக்கொண்டு, நீங்கள் என்னைத்தேடி வருகிறீர்கள். வந்தவுடன் நீங்களும் நானும் சந்தித்துப் பேசுகிறோம். ‘ரொம்பவும் வித்தியாசமா இருக்கே’ என்கிறீர்கள். ‘ஆமாம் இதுபோலெல்லாம் வித்தியாசமாகச் செய்வது என் வழக்கம்’ என்று பரஸ்பரம் அறிமுகமாகிக்கொள்கிறோம். ஆனாலும், உங்களுக்கு எப்படா நான் ஆயிரம் ரூபாய் தரப்போகிறேன்’ என்ற மனநிலையிலேயே இருக்கிறீர்கள். அதற்காகத்தானே வந்திருக்கிறீர்கள். அதைப் புரிந்துகொண்டு நான் உங்களுக்கு போன் செய்கிறேன். உங்கள் மொபைல் ரிங் ஆகிறது. ஆதாரம் இருக்கிறது. எனவே ‘ஒரு நிமிடம் உள்ளே போய் வருகிறேன்’ என்று சொல்லிவிட்டு,

வரும்போது ஒரு கவருடன் வருகிறேன். அதை உங்களிடம் தருகிறேன். அந்தக் கவரை வாங்கி நீங்கள் அந்த இடத்திலேயே பிரித்துப் பார்க்கிறீர்கள். நன்றி சொல்லிவிட்டு வெளியே போய் பார்த்திருக்கலாம், இருந்தாலும் நீங்கள் அமெரிக்கக் கலாச்சாரத்தில் அங்கேயே பிரித்துப் பார்க்கிறீர்கள். உள்ளே ஐநூறு ரூபாய்தான் இருக்கிறது.

சின்னதாக உங்கள் முகம் மாறுகிறது. என்னிடம். 'என்ன சார் ஐநூறு ரூபாய்தான் இருக்கு' என்று கேட்கிறீர்கள். 'ஆமா சார். ஐநூறுதான் இருக்கு, சின்ன வேலை வந்திடுச்சு. ஆயிரம் ரூபாய இன்னொருத்தருக்குத் தரவேண்டியதாப் போச்சு, இத வச்சுக்குங்க' என்கிறேன். ஆனால், கேட்காமல் நீங்கள் வாதாடுகிறீர்கள். 'என்ன சார் நான் தாம்பரத்திலிருந்து வர்றேன். வர்றதுக்கு நூறு ரூபாய் போயிடுச்சு. திரும்பிப் போறதுக்கு நூறு ரூபாய், இப்படி ஐநூறு ரூபாய் தருவீங்கன்னு தெரிஞ்சா நான் வந்துருக்கவே மாட்டேன்' என்கிறீர்கள். அந்தளவிற்கு இறங்கி வந்துவிடுவீர்கள். உங்களுக்கும் எனக்கும் இதற்கு முன் வரை எந்தவொரு சம்பந்தமும் இல்லை. நான் சும்மா கொடுக்கிற இந்த ஐநூறு ரூபாயே அதிகம். ஆமாவா? இல்லையா?.

இதுதான் *expectation against satisfaction* நீங்கள் எதிர்பார்த்தது ஆயிரம். ஒரு சம்பந்தமும் இல்லாவிட்டால் கூட, சும்மா வருகிற ஐநூறு ரூபாய் போதாதென்று ஆயிரம் ரூபாய்க்காக விவாதம் செய்கிறீர்கள். இதுவே இப்படியென்றால், நீங்கள் நூற்றியிருபது ரூபாய் கொடுத்து படம் பார்க்க வந்துவிட்டால், என்னை என்னவெல்லாம் செய்வீர்கள்?. நீங்க பண்ண மிச்சம்தான் நான்.

'மூன்று பேர் மூன்று காதல்' படத்தின் விளம்பரங்களை வைத்து நீங்களே ஒரு கற்பனை வைத்துக்கொள்கிறீர்கள். அதை வைத்து நீங்கள் படம் பார்க்கிறீர்கள். அப்படி அது பொருந்தி வந்தால், பாராட்டுகிறீர்கள். இல்லையா திட்டுகிறீர்கள், முதலிலிருந்தே வஸந்த் என்றால் கவர்ச்சியாக எடுக்கமாட்டார். நல்ல கதை இருக்கும் என்ற எதிர்பார்ப்பு உங்களுக்குள் இருக்கும். உங்களுடைய எதிர்பார்ப்பிற்கு நான் திருப்திப்படுத்தவேண்டும். இல்லையேல் பழியை நான் ஏற்றுக்கொள்ள வேண்டும். இதே விஷயங்கள்தான் 'தக்கையின் மீது நான்கு கண்கள்' கதையிலும் வருகிறது. ஒரு நாவலை, ஒரு சிறுகதையை, படித்துவிடுகிறீர்கள். அந்தக்

கதையையே நான் படமாக எடுக்கிறேன் என்பதும் உங்களுக்குத் தெரிந்துவிடுகிறது. ஆக, அந்த எதிர்பார்ப்பை அந்தப் படத்தின் இயக்குநராக நான் பூர்த்தி செய்திருக்கிறேனா? இல்லையா? என்பதைத்தான் இங்கு கவனிக்கவேண்டும்.

பார்வையாளர்களுக்கே இத்தனை எதிர்பார்ப்பு என்றால், அந்தக் கதையை எழுதிய எழுத்தாளர்களின் நிலை?

அவர்களுக்கும் எதிர்பார்ப்புகள் பலமடங்கு இருக்கும். நான் இதை எப்படிப் பார்க்கிறேன் என்றால், நான் யாரையும் கவர்வதற்காக இந்தப் படங்களை எடுக்கவில்லை. எழுத்தாளர்கள் உட்பட என்னுடைய கோணத்திலிருந்து நான் இந்தக் கதையைப் பார்த்திருக்கிறேன். பத்திரிகையாளர், பார்வையாளர்கள், விமர்சகர்கள் என யாராக இருந்து இந்தப் படத்தின் குறைகளைச் சொன்னாலும் அதை நான் ஏற்றுக் கேட்டுக்கொள்கிறேன். அது அவர்கள் பார்வை. ஆனால், இது வஸந்த் என்கிற என்னுடைய படம். அவ்வளவுதான்.

அடுத்து நீங்கள் அதிகமாக பயந்தால் எந்த வேலையையும் சரியாகச் செய்யமுடியாது. படமும் எடுக்கமுடியாது. மிகவும் புதிதாக ஒரு சிந்தனையைச் சொன்னால், 'சார் இதை யாரும் இதுவரை தொட்டதேயில்லையே' என்பார்கள்.

அதற்காக பழக்கமான ஒரு விஷயத்தைச் சொன்னால், 'சார் இதுதான் ஏற்கனவே நிறைய பேர் செய்துவிட்டார்களே' என்பவர்களையெல்லாம். கண்டுகொள்ளவே கூடாது. எனக்கு அந்தக் கதைகள் பிடித்திருக்கிறது. அதனால் படமாக்குகிறேன். எந்த இலக்கியத்தை எடுத்தாலும் இந்தப் பார்வையே எனக்குள் இருக்கிறது. அடுத்து அந்த இலக்கியப் படைப்பினை மிக நேர்மையாக எடுக்கிறேன். அதற்கு நான் உண்மையாக வேலை செய்கிறேன்... அந்த இலக்கியத்தின் ஆத்மா கெட்டுப்போய்விடக்கூடாது என்று நினைக்கிறேன். இவ்வளவுக்குப் பின்னால் வருவது அதன் முடிவு, அதைப் பற்றி நான் கவலைகொள்வதில்லை.

அடுத்து ஒரு கதையைப் படமாக்க நினைத்த பின்னர், அந்தக் கதையின் ஒவ்வொரு வரிக்கு வரி அப்படியே படமாக்க வேண்டும் என்ற நிர்ப்பந்தம் இல்லை. இது என்னுடைய சொந்தக் கருத்து. இதை ஏற்கலாம். மறுக்கலாம். ஆனால். நான்

சொல்வதை சற்று யோசித்துப் பாருங்கள். வார்த்தைக்கு வார்த்தை அப்படியே மாற்றுவதுதான் இலக்கியத்திலிருந்து எடுக்கப்படுகிற திரைப்படம், என்று நான் நினைக்கவில்லை. அந்தக் கதையை உள்வாங்கிக்கொண்டு அந்தக் கதையின் ஆத்மாவை, நீங்கள் உங்களுடைய *Value addition*-னுடன் இணைத்து அந்தப் படத்தை எடுக்கவேண்டும். அப்பொழுதுதான் அந்தப் படைப்பு ஒரு ஊடகத்திலிருந்து. இன்னொரு ஊடகத்திற்கு மாறுகிறது என்று அர்த்தம். நான் இலக்கியத்திலிருந்து படம் எடுக்கிறபொழுது, இந்த மாதிரியான எளிமையான சூத்திரங்களை மட்டுமே பின்பற்றினேன்.

நாவல் என்பது எழுத்து ஊடகம், சினிமா என்பது காட்சி ஊடகம். ஒரு ஊடகத்திலிருந்து வேறு ஒரு ஊடகத்திற்கு மாறுகிறபொழுது அதில் மாற்றங்கள் என்னென்ன செய்யவேண்டியிருக்கும்?

நாவலில் ஒரே விஷயம் மீண்டும் மீண்டும் பேசப்பட்டிருக்கும். குறும்படமாக எடுக்கிற பொழுது நீளம் கருதி, அவ்விஷயங்களைக் குறைத்துப் பயன்படுத்தினேன். சில சமயங்களில் கதையில் ஒரு அழுத்தத்தைக் கொடுப்பதற்காக பலமுறை ஒரு சம்பவம், அல்லது விஷயத்தைக் குறித்துச் சொல்ல வேண்டியிருக்கலாம். அந்தத் தாக்கம், காட்சியாக உடனடியாகக் கிடைத்துவிடலாம். எனவே, அதைக் குறித்து பலமுறை சொல்லவேண்டிய அவசியமில்லை. இதுபோன்ற விஷயங்களைத்தான் அதிகம் மாற்ற வேண்டியிருந்தது.

நான் அந்தப் படத்தில் காவலர்களின் முகத்தையே காண்பித்திருக்க மாட்டேன். போலீஸார்களுக்குத் தனிமுகமே வேண்டாம், போலீஸே ஒரு முகம்தான். அதிலிருந்து தனிப்பட்ட ஒரு முகம் எனக்கு வேண்டாம். அதனால்தான் காட்சியில் எல்லோரையும் கழுத்திற்குக் கீழேதான் காட்சிப்படுத்தியிருப்பேன். நாவலில் இதுபோன்றெல்லாம் குறியீடுகள் கிடையாது. அந்த இடத்தில்தான் ஒரு இயக்குநர் உள்ளே வருகிறார் என்கிறேன்.

'விசாரணைக் கமிஷன்' திரையிடப்பட்ட பல இடங்களில் அதன் முடிவைக் கொஞ்சம் மாற்றியிருக்கலாம் என்றும், நாவலில் உள்ளதுபோலவே படத்திலும் வைத்திருக்கிறீர்கள், என்றும் கூறினார்கள். அதைப்பற்றி நீங்கள் என்ன நினைக்கிறீர்கள்?

மீண்டும் ஒருமுறை நாவலையும், படத்தையும் பார்த்தால் அதன் உண்மை புரியும். நாவலில் அதன் க்ளைமேக்ஸ் பல பக்கங்களுக்கு

விவரிக்கப்பட்டிருக்கும். அதனைச் சுருக்கினேன். பின்பு கதையின் மையமான சம்பவத்தைச் சொல்லாமல், க்ளைமேக்ஸ் வைத்தால் பின்பு அது எப்படி நாவலிலிருந்து எடுக்கப்பட்டதாக இருக்கும். அது Emergency Period-ல் நடந்த custodial death பற்றிய படம் தானே அது.

பின்னர், 'விசாரணைக் கமிஷன்' படத்திற்குப் பின்பாக பல ஆயிரக்கணக்கான காவல்துறை சார்ந்த படங்களை நீங்கள் பார்த்துப் பழக்கப்பட்ட காரணத்தினால், விசாரணைக் கமிஷனில் சொல்லப்பட்ட விஷயங்கள் வேறுமாதிரியாகத் தெரியலாம். இதை நீங்கள் எடுக்கப்பட்ட காலகட்டத்தையும் சம்பந்தப்படுத்தித்தான் பார்க்க வேண்டும். Ardh sathya படம் வருவதற்கு முன்பே இந்நாவல் எழுதப்பட்டிருக்கிறது.

Emergency Period-ல் மனிதர்களை போலீஸ் ஸ்டேஷனுக்குப் பிடித்துச் செல்வது, அங்கு அவர்களுக்கு நடக்கிற அராஜகங்கள், இதுதான் நாவலின் மையம். அம் மையத்தைப் படமாக்குகையில் மாற்றவேண்டும் என்பதை எப்படி ஏற்றுக்கொள்ள முடியும். நான் அந்நாவலைப் படமாக எடுக்கவேண்டும் என்று நினைத்திருப்பதற்குக் காரணமே அந்த மையம்தானே.

பின்னர், முழுக்க முழுக்க விமர்சனங்கள் வராமல் எந்த விஷயத்தையுமே எடுக்க முடியாது. நீங்கள் சொன்ன அதே விஷயத்தை வைத்து நேர்மறையான விமர்சனங்களும் எனக்குக் கிடைத்திருக்கின்றன. Rediff.com-ல், அடுத்து Indian express-ல் பரத்வாஜ் ரங்கன் எல்லாம் அந்தப் படத்திற்கு நல் விமர்சனங்களையே தந்தனர்.

'தக்கையின் மீது நான்கு கண்கள்' படத்தில், வருகிற தாத்தா கதாபாத்திரம் தன் பேரனின் மீதான வெறுப்பு. தனக்கேயுண்டான அகங்காரம் என்று இருப்பதெல்லாம் புதிதாக இருந்தன. அதையே நீங்கள் படமாக எடுக்கிறபொழுது, அந்தத் தாத்தா கதாபாத்திரத்தில் நடித்த வீராசாமி ஏற்கனவே நன்கு அறியப்பட்ட ஒரு முகமாக இருந்தது. ஏற்கனவே பார்த்த முகம் என்பதால், கதையில் வருகிற கதாபாத்திரத்தோடு எளிதாகப் பொருந்தாமல் திணறுவதாக உணரப்பட்டது. மற்ற திரைப்படங்களை விட இலக்கியத்திலிருந்து சினிமாவாக உருவாகையில் அந்தக் கதாபாத்திரங்களுக்கு ஏற்கனவே

அறிமுகமான முகத்தினைப் பயன்படுத்துவதற்குப் பதிலாக, புதுமுகங்களை அறிமுகப்படுத்தினால் எளிதாக கதைக்குள் செல்ல வாய்ப்பிருக்கிறது என்ற கருத்து பற்றி?

இதுவும் ஒருவகை கருத்து. எனக்கு ரஷ்யாவிலிருந்து இந்தப் படத்திற்காக விருது கிடைத்தது. அவர்களுக்கு இவர்தான் வீராசாமி. பாரதிராஜா படத்தில் நடித்திருக்கிறார் என்பது தெரியுமா?. பின்னர் தேசிய விருதும் இப்படத்திற்குக் கிடைத்தது. அங்கிருப்பவர்களுக்கு வீராசாமி அவ்வளவு பிரபலமான முகமாக அறிமுகமாகியிருப்பாரா? என்று தெரியவில்லை.

'தக்கையின் மீது நான்கு கண்கள்' குறும்படத்தில் வீராசாமி நடிக்கிற பொழுது எண்பது வயது. அந்த எண்பது வயதில் அந்த மனிதர் படத்தில் செய்திருக்கிற காட்சிகளை மறுபடியும் பாருங்கள். தண்ணீரிலிருந்து ஆட்டம் போட்டு, கத்திக்கொண்டு, சத்தமாகப் பேசி, அவர் நடித்தார். அந்தக் கதாபாத்திரம் எண்பது வயதில் இன்னின்ன விஷயத்தையெல்லாம் செய்கிறது என்று நாவலில் எளிதாக எழுதிவிடலாம். அதையெல்லாம் காட்சியாக வைப்பதில் சிரமம் இருக்கிறது. ஆனால், அந்த வீராசாமி அற்புதமாக நடித்துக்கொடுத்தார். அவரை விடச் சிறந்த அர்ப்பணிப்போடு ஒரு நடிகர் புதுமுகமாகக் கிடைத்தால், அவரை நாடிச் சென்றிருக்கலாம். ஆனால் கிடைக்கவில்லை. 45 வயதுள்ள ஒருவரை எண்பது வயதுபோல் மேக்கப் போட்டு எடுப்பதற்கு, வீராசாமி நடிப்பதே சிறந்தது.

நாவலிலிருந்து திரைப்படம் எடுத்தால், புதுமுகம்தான் கச்சிதமாக இருக்கும் என்பதை ஒரு விதிமுறையாக கெட்டியாகப் பிடித்துக்கொண்டு. அதன்படி சுமாராக ஒரு படத்தை எடுப்பதைவிட, நீங்கள் சொன்னதுபோல. ஓரிரு விமர்சனங்கள் வந்தாலும், படம் நன்றாக வருமே என்று வீராசாமியைப் பயன்படுத்துவதில் தவறேதுமில்லை.

எனக்கு நடிப்பவர் புதுமுகமாக பழைய முகமா என்பதைவிட, அந்த முகம் என் கதைக்குப் பொருத்தமானதா என்பதுதான் அத்தியாவசியம்.

இலக்கியத்திலிருந்து எடுக்கப்படுகிற திரைப்படங்களில் நடிப்பது வீராசாமிக்கும் புதிதல்ல. அவர்தான் ஜெயகாந்தனின் 'உன்னைப்போல் ஒருவன்' படத்திற்கே கதாநாயகன். கதாநாயகி

காந்திமதி. வீராசாமிதான் மாற்று சினிமாவிற்கான மனிதராக முதலில் அடையாளங் காணப்பட்டார். காரணம் ஜெயகாந்தனின் முதல் இயக்கத்திற்கே அவர்தான் கதாநாயகன்.

வேறென்ன வேண்டும். இதுபோன்ற காரணங்களெல்லாம் கூட அவரை இப்படத்தில் நடிக்கவைப்பதற்குப் பின்புலமாக இருந்தது.

ஷேக்ஸ்பியரியன் ஹாம்லட் ரோமியோ ஜூலியட் தஸ்தயெவ்ஸ்கியின் வெண்ணிற இரவுகள் இவைகளெல்லாம் பலரால் மீண்டும் மீண்டும் சினிமாக்களாக எடுக்கப்பட்டிருக்கின்றன. தமிழிலும் அதற்கு இணையான இலக்கியங்கள் இருக்கின்றன என்று சொல்லப் படுவதுண்டு. ஏன் இவைகள் அதிகமாக படமாக்கப்படுவதில்லை?

நம் ஊரில் எல்லாவற்றையும் தனித்தனியாகப் பார்க்கிற பார்வை இல்லை. கிரிக்கெட் என்றால் அதற்கான விதிமுறைகள் வேறாக இருக்கும். டென்னிஸ் என்றால் அந்த விளையாட்டிற்கான விதிமுறைகள் வேறாக இருக்கும். டென்னிஸ் இரண்டு பேர் என்றால், கிரிக்கெட் பதினொரு பேர் விளையாடுவார்கள். இங்கு கிரிக்கெட் விளையாடுகிறவனை எந்த விதத்தில் டென்னிஸ் விளையாடுகிறவனோடு பொருத்திப் பார்க்க முடியும்? பார்ப்பதும் அபத்தமாக இருக்கும். ஆனால், இங்கு அதுதான் நடந்துகொண்டிருக்கிறது. என்னைப் பொறுத்தவரைக்கும் தமிழ்ச் சூழலில் விமர்சனங்கள் வளரவே இல்லை.

இங்கு விமர்சனம் என்றாலே இரண்டு வகை மாதிரிகளாக இருக்கிறது. ஒன்று பாராட்டுவது. குறைசொல்வது. இரண்டாவது. தன்னுடைய சொந்த மேதாவித்தனத்தைக் காட்டுவதற்காக விமர்சனம் செய்வது. இதுபோல பல நுண்கூறுகள் இருக்கிறது. எங்கு நல்ல விமர்சனக் கலை வளர்கிறதோ, அங்குதான் படைப்புக் கலையும் வளரும்.

விமர்சனங்கள் வளர, முதலில் விமர்சகர்களுக்கு அனுபவம் நிறைய வேண்டும். எல்லாவிதமான விஷயங்களையும், அவர்கள் திறந்தமனதோடு பார்ப்பவர்களாக இருந்தால், அவர்களுக்கு அனுபவங்கள் கிடைக்கும்.

என்னைப் பொறுத்தவரையில் இசையில் நான் அதுபோலத்தான் செயல்படுகிறேன்.

எனக்கு *Soft Rock, Pop Music*, கர்நாடக சங்கீதம் என்றால் சுதா ரகுநாதன், பாம்பே ஜெயஸ்ரீ, இப்படி பெரிய அட்டவணையே போடலாம். அத்தனை பேரையும் பிடிக்கும். மேற்கத்திய இசையில் அத்தனையையும் ரசித்துக் கேட்டிருக்கிறேன். இளையராஜா என்றால் பைத்தியம். அத்தோடு அனிருத்தையும் கேட்கிறேன். நான் எல்லா பிரிவுகளிலும் இதே திறந்த மனதோடு இருக்கிறேனா என்பது தெரியாது. ஆனால், இசை என்பதைப் பொறுத்தவரையில் நான் அப்படித்தான் செயல்படுகிறேன். அதுபோல, திறந்த மனதோடு இலக்கியத்தையோ, திரைப்படங்களையோ விமர்சனங்கள் செய்பவர்கள் அதிகமாக வருகிறபொழுது, அதிகமான நல்ல படங்கள் வருவதற்கு வாய்ப்பு இருக்கிறது.

நானே 'தாட்சாயினி' கதையைப் படமாக எடுக்கவேண்டும் என்று தயாரிப்பாளர் ஒருவரை அணுகினால், அவர் கதையைப் படித்துவிட்டு, 'இதெல்லாம் எப்படி சினிமாவாக்க சரியாக வரும்?' என்று சொல்வார். அவர் எந்தப் புரிதலின் அடிப்படையில் அப்படிச் சொல்கிறாரென்றால், சினிமா என்றால் என்ன? என்று அவர் ஒரு கருத்து வைத்திருக்கிறார். அதிலிருந்து 'தாட்சாயினி' கதையைப் பார்க்கிறார். நான் அவர்களுக்கு பதில் சொல்வதாக இருந்தால். 'நான் உங்கள் பார்வையை மதிக்கிறேன். ஆனால், நீங்கள் புரிந்துவைத்திருப்பது ஒரு வகையான சினிமா, இதுபோன்று இருபது வகையான சினிமா வகையறாக்கள் இருக்கின்றன' என்பேன். நாம் அத்தனை தூரம் விமர்சிக்கிற ஹாலிவுட்டிலிருந்து அருமையான படங்களும் வந்துகொண்டுதானிருக்கின்றன. ஜானர் என்று எடுத்துக்கொண்டால் எத்தனையோ இருக்கின்றன. இங்கு த்ரில்லர் என்றால் ஒருவகை. ஆனால். அந்த ஒருவகைக்குள் கிளையாக பலவகைகள் பிரிகின்றன.

'Scenes From a Marriage' போன்று ஒரு படத்தைவிட குறைந்த பட்ஜெட் செலவில் இங்கு எடுக்கவே முடியாது. மூன்று காட்சிகள்தான் வெளியில் படம்பிடிக்கப்பட்டதாக இருக்கும். பெர்க்மனின் படம்.

மலையாளத்தில் மம்முட்டி, மோகன்லால் எல்லாம் இதுபோன்ற படைப்புகளுக்கு தங்கள் ஆதரவைத் தருவது போல, இங்கும் தமிழ்ச் சூழலில் நடந்தால்தான் நம் கனவுகள் எல்லாம் நிறைவேறும். கதாநாயகர்களை, வருடத்திற்கு ஒரு படமாவது இலக்கியத்திலிருந்து

எடுக்கப்படுகிற படத்தில் நடிக்குமாறு வற்புறுத்தவேண்டுமானால் செய்யலாம்.

அப்படி நடந்தால் நிறைய பேரைச் சென்றடையும். அப்படி ஒரு குழு அமைந்தால் நானே உறுப்பினராகச் சேருகிறேன். இலக்கியம் என்றால் சமூக மேம்பாட்டிற்கான விஷயம். சினிமா பல கட்டங்களாகத் தொடர்ந்து வளருகிறபொழுது, அதன்மீது இலக்கியப் பங்களிப்பும் இருந்தால்தான், நாம் கொண்டாடுகிற சினிமாவினால் சமுதாயத்திற்குப் பலன் இருக்கும். இல்லையேல் வெறுமனே களிப்பூட்டுகிற சினிமாவாக அப்படியே தேங்கி நின்றுவிடும்.

தமிழ் சினிமா அதிகமாக முன்னேறிவிட்டது. வித்தியாசமான பல முயற்சிகள் வருகிறது என்பதையெல்லாம் எதிர்க்கவும் இல்லை. ஒத்துக்கொள்ளவும் இல்லை. இன்னமும் நாம் ஒரு தீம் அடிப்படையில் கதைசொல்வது, கருத்து ரீதியிலான படங்கள் என்பவற்றிலெல்லாம், இன்னும் ஒரு பாய்ச்சல் நிகழ்த்தவேண்டும். அதற்கான ஆரம்ப கட்டத்தில்தான் நாம் இருக்கிறோம்.

மேலைநாட்டிலெல்லாம், இயக்குனரும் எழுத்தாளரும் சேர்ந்து திரைக்கதையில் வேலை செய்வார்கள். அங்கிருக்கிற எழுத்தாளர்களுக்கு சினிமாவின் திரைக்கதை மொழி தெரியும். அந்தளவிற்குப் புரிதல் இருக்கிறது. ஆனால், இங்கு எழுத்து என்பது சினிமாவிற்கு வசனம் எழுதுவதற்கான Short cut போல ஆகிவிட்டது. இங்கு எழுத்தாளர்களுக்கு சினிமா பற்றித் தெரிந்துகொள்ளவும், அதேபோல இயக்குநர்களும் இலக்கியத்தின் தீவிரம் பற்றிப் புரிந்துகொள்ளவும் பயிற்சி அவசியம் என நினைக்கிறீர்களா?

நிச்சயம் தேவை.

சினிமாவும் இலக்கியமும் ஒன்றுக்கொன்று நெருக்கமான தொடர்புடையவை. ஆனால். ஒரு சம்பவத்தைப் பார்க்கிற பார்வையிலிருந்து எழுத்திற்கும், சினிமாவிற்கும் சிறிய வேறுபாடு இருக்கிறது. அவ்வளவே.

தமிழ் சினிமாவின் மாபெரும் சாபக்கேடு, இயக்குநர்களே எழுத்தாளர்களாகவும் இருப்பதுதான், என்று நினைக்கிறேன். எழுத்தாளர்கள் தனியாக மதிக்கப்பட வேண்டியவர்கள்,

கொண்டாடப்படவேண்டியவர்கள். எழுத்து என்பது இன்னொரு மூளை, இன்னொரு சிந்தனை, அவர்களது அனுபவம் என்பது வேறு.

இந்தக் காட்சிதான் ரசிகர்களால் ஏற்றுக்கொள்ளப்படும், அவர்களிடமிருந்து கைதட்டல் வாங்கும். அங்கீகாரம் கிடைக்கும் என்ற எண்ணத்தையெல்லாம் எழுதுகிற மேசையிலிருக்கும்பொழுது நினைக்கக்கூடாது. எழுத்துக்கும் சினிமாவிற்குமிடையிலான பயிலரங்கம் நிச்சயம் தேவை.

★★★

www.ingramcontent.com/pod-product-compliance
Lightning Source LLC
LaVergne TN
LVHW102350051026
849518LV00017B/1998

* 9 7 8 9 3 4 8 4 3 9 2 6 0 *